வீரமாநகர்

ரா. பி. சேதுப்பிள்ளை

Title: Veerama Nagar

Author: R. P. Sethu Pillai

Language: Tamil

First Published on: 1932

Year of Publication: 2024

Book Format: Paperback

*Page Size: 6inch * 9inch*

Category: Essays

Subject: Literary Essays

No. of pages: 126

ISBN: 978-81-686323-0-1

Published by: Nilan Publishers, Madurai, Tamilnadu, India

பொருளடக்கம்

குறிப்புகளுக்காக

திரு. ராவ்சாகிப்
வெ.ப. சுப்பிரமணிய முதலியார் அவர்கள் அளித்த

முகவுரை

எனது நண்பர், அண்ணாமலை பல்கலைக் கழகத் தமிழ் ஆராய்ச்சி ஆசிரியர், திருவாளர் R. P. சேதுப்பிள்ளை அவர்கள் *B. A., B. L.* தமிழக முழுதினும் பிரசித்தி பெற்றவரென்பது சொல்ல வேண்டியதில்லை. அவர், அருந் தமிழன்னைக்குப் பெரும்பணி புரிந்து விளங்குவோருள்ளே சிறந்தாரொருவராய், நெடுங் காலமாகப் பாமர ரஞ்சகமும் பண்டித ரஞ்சகமும் ஒருங்கு பொருந்தப் பேசியும் எழுதியும் வருவதைக் கண்டு கேட்டுணர்ந்து மகிழ்வெய்தாத தமிழபிமானிகள் ஒரு சிலரே. அவர் வெளியிடும் நூல்களுக்கு அவர் பெயரே போதிய முகவுரையாம். ஆயினும் இந்நூலுக்கு யான் முகவுரை யெழுத வேண்டுமென்று அவர் விரும்பியதை மறுக்க இயலாமையானும் 'சுடர்விளக்காயினும் நன்றாய் விளங்கிடத் தூண்டு கோல் ஒன்று வேண்டும்' என்றவாறு இந்நூல் விளக்குக்கு என் முகவுரைத் தூண்டுகோல் உபயோகமாயிருக்கலா மெனக் கருதினமையானும் இதனை எழுதலானேன்.

ஆசிரியர், இந்தப் புத்தகத்தில் அடங்கிய வியாசங்களைக் காரைக்குடியினின்றும் போதரும் 'குமரன்' எனப் பெயரிய வாரப் பத்திரிகையில் வெளிப்படுத்தி வந்தபோது, அவைகளுட் பலவற்றை அப்பத்திரிக்கைக்கு அனுப்பு முன்னரும், வேறு பலவற்றைப் பின்னரும் எனக்கு வாசித்துக் காட்டத் தெரிந்து இன்புற்றிருக்கின்றேன். அப்போது, அவ்வியாசங்களைப் புத்தக ரூபமாக வெளியிட்டால், 'குமரன்' வாசகருக்கே யன்றி அவரல்லா ரெல்லாருக்கும் அறிவும் ஆனந்தமும் அளிக்கும் பயப்பாடுடைத்தா யிருக்குமென்று கூறியிருந்தேன். ஆதலால், அவ்வியாசங்கள் இப்போது புத்தக

உருவம் பெற்றமை யறிந்து மகிழ்வுறுகின்றே னென்பது சொல்லாமலே விளங்கும்.

இப்புத்தகத்தில் உள்ள எல்லா வியாசங்களும் இராவண ராச்சிய சம்பந்தமாகக் கல்வியிற் பெரிய கவிச்சக்கரவர்த்தி கம்பநாடர் கழறிய கருத்துக்களைக் கருப்பமாகக் கொண்டவைகளாகக் காணப்படுகின்றன. ஆயினும், அவ்வியாசங்களுள் நேராக இராவண சம்பந்தமில்லாத கம்பராமாயணப் பகுதிகள் பலவற்றுள்ளும் திகழும் சிறந்த கருத்துக்கள் அனந்தம் சம யோசிதமாக இனிதெடுத்தாளப் பட்டிருக்கின்றன.

முகவுரை எழுதுவோர், நூலில் அடங்கியவைகளை வாசகர் முன்னுணர்ந்து கொள்ளுமாறு சுருக்கமாகக் கொல்லும் முறை உண்டு. அம்முறையை இம் முகவுரையில் அனுசரித்தல் தகுதியாக இல்லை.

ஒவ்வொரு வியாசமும் கம்பராமாயணத்தில் விரிவாகக் கூறிய விஷயங்களைச் சங்கிரகமாகவும் தெளிவாகவும் கூறிச், 'சுருங்கச் சொல்லல் விளங்கவைத்தல்' என்னும் வனப்புகளுக்கு இலக்கியமாயிருத்தலால். ஆயினும், அவ்வியாசங்களில் ஆசிரியரது சாதுரியத்தை விசேடமாக விளக்குவனவாக எனக்குத் தோன்றிய சில பகுதிகளை இங்கே எடுத்துக் கூறுதல் பொருத்தமாயிருக்கின்றது. அப்பகுதிகள் யாவையெனில்:-

ஆசிரியர் இராவணனது சிவபத்திச் சிறப்பை விளக்கச் சைவசமய குரவர்களுள் முதல்வர் 'இராவணன் மேலது நீறு' என்றாரென்றது: மண்டோதரியைப் 'பல பல நினைந்து சில சிலவே சொல்லும் சீலம் வாய்ந்த' செல்வியென்று கூறி, அவள் பெருமையை,

ஏர்தரும் ஏழுல கேத்த
எவ்வுரு வும்தன் னுருவாய்
ஆர்கலி சூழ்தென் இலங்கை
அழகமர் வண்டோ தரிக்கு

பேரருள் இன்பம் அளித்த
பெருந்துறை மேய பிரானைச்
சீரிய வாயால் குயிலே
தென்பாண்டி நாடனைக் கூவாய்

என்று மாணிக்க வாசகர் போற்றிப் புகழ்ந்தனரென்றது : இராவணனது இசைப்புலமை மேன்மையைப் புலப்படுத்த, அவன் பிரமனுக்கு அபராதஞ் செய்யாமல் அன்புசெய்து நெடுங்காலம் அருந்தவம் உழந்து பிரமனருள் பெற்றது கூறி, அவன் கைலை மலையை வேரோடு பிடுங்க முயன்று சிவனுக்கு அன்பு செய்யாமல் அபராதம் செய்து, பின்பு சிறிது காலமே இசைபாடி சிவனருள் பெற்றதுங்கூறி, அவன் மற்றெல்லாவற்றிற்கும் மேலான தவமாண்பினும் இசைமாண்பு சிறந்த தெனத் தான் அனுபவத்தால் அறிந்ததை உலகறியுமாறு, வேறு கொடி உயர்த்தாது வீணைக் கொடி உயர்த்தானென்றது: அயோத்தி மாநகரம் போல வென்பானேன், அதனினும் அதிகமாக, இலங்கை மாநகர் எல்லாச் சிறப்புக்களும் எய்தியிருந்தது; இருநகர்களுக்கும் ஒற்றுமைகள் மிகப்பல; முக்கியமான வேற்றுமை ஒன்றே; அது, அயோத்தியில் ஆதிக்கமுற்றிருந்த அறத்துக்கு இலங்கை இம்மியும் இடங்கொடாதிருந்த தென்பார் கம்பர் வாக்கால் 'அறம் புகா' இலங்கை என்றது: சடாயு சீதையைக் காக்க உயிர் கொடுத்த தற்கு, ஒரு புறாவைக் காக்கச் சிபிச் சக்கரவர்த்தி தன் உடற்றசை முழுதும் அரிந்து கொடுத்ததும், அமரரைக் காக்க அரன் ஆலம் உண்டதும் உவமையென்றது: இந்திரசித்து இறந்த போது,

'அஞ்சினேன்! அஞ்சினேன்! இச்சீதையென்று
அமுதாற் செய்த
நஞ்சினால் இலங்கை வேந்தன் நாளை இத்
தகையன் அன்றோ!'

என்று மண்டோதரி புலம்பும் மொழிகள் "கற்போர் மனத்தைக் கரைப்பனவாம்" என்று கூறியதையொட்டி 'அமுதாற்' செய்த நஞ்சு' 'இத்தகையன்' என்ற, பொருள் பொதிந்து சுவைமுதிர்ந்த

சொற்றொடர்களின் குறிப்புப் பொருள்களை விரித்து விளங்க உரைத்தது என்பனவாம். வேறு சில விரிவஞ்சி விடுக்கப்பட்டன.

பலர்க்கும் தெரிந்த பழைய கதைகளைச் சொல்லும் சதுரப்பாட்டினால் புதுமையானவைகளாக்கி வாசகர் மனத்தை மகிழ்வித்து தக்க கதாசந்தர்ப்பங்களில் தக்க அறிவுகளை இலக்கியச் சுவையோடு இனிது கலந்தூட்டி இன்பமும் பயனும் எய்தச் செய்தல் இந்நூலில் பல இடங்களில் காணலாம். இதில் ஒவ்வொரு பக்கமும் இனிமையாயிருப்பதை வாசிப்போர் சில பக்கங்களைப் பார்த்தபோது தெரிந்து கொள்வாரென்பது திண்ணம்.

வியாசங்கள் முந்தியவைகளுக்குப் பிந்தியவைகள் அதிக இனிமையானவைகளாய் (இயற்கையாகத் தாமே அமைந்தோ செயற்கையாக ஆசிரியரால் அமைக்கப்பட்டோ) இருத்தலால், இந்நூலின் இனிமை நுனியிலிருந்து நுகரப்படும் கரும்பின் இனிமை போன்றிருக்கின்றது.

சன்மார்க்கர் முதலில் துன்புற்றாலும் முடிவில் இன்பம் நிலைக்கப்பெற்று வாழ்வாரென்றும், துன்மார்க்கர் ஆரம்பத்தில் இன்புற்றாலும் அந்தத்தில் துன்புற்று மாள்வாரென்றும் விளங்கக்கூறும் 'அறமும் மறமும்' என்ற வியாசம், இந்நூலின் முடிவும் முடியுமாகி ஒழுக் கத்தின் உயர்ச்சியையும் இன்றியமையாமையையும் உறுதிப்படுத்தி யொளிர்கின்றது,

இந்நூலில் விளங்கும் வியாசங்கள் ஒவ்வொன்றும் கம்பராமாயண காவிய நயங்களை ஏற்ற இடங்களில் இனிதமைக்கப் பெற்றிருத்தலால், அந்தக் காவியத்தைப் படியாதாரைப் படிக்கும் முன் படித்தோரை மேலும் படிக்கும் இனிது தூண்டுவனவாயிருக்கின்றன.

தமிழ்த் தொண்டே தலைத்தொண்டாகக் கொண்டு தமிழ் கற்பதும் கற்பிப்பதும், ஆராய்வதும் ஆராய்ந்தறிந்தவற்றை அறிவிப்பதும், இடையறாது செய்து வரும் இந்நூல் ஆசிரியர்,

தமிழ் நூல்களே உறுப்புக் களாகவுள்ள தமிழ் மகளுக்குத் திருக்குறளும் கம்ப ராமாயணமும், இரண்டு கண்களாயிருத்தலை நன்குணர்ந்து, இதன் முன், குறளுக்கு வழிகாட்டியாகத் 'திருவள்ளுவர் நூல் நயம்' என்ற ஆராய்ச்சி நூலை வெளியிட்டு, இப்போது கம்பராமாயணத்துக்கு வழி காட்டியாக இவ் ஆராய்ச்சி நூலை வெளியிட்டிருக்கிறார். வேறு பல நூல்களும் இயற்றியுள்ள ஆசிரியர் இன்னும் பல நூல்களியற்றித் தமிழுலகுக்கு உபகரிக்கும் வண் ணம் அவர்க்கு ஆரோக்கிய பூர்த்தியும் ஆயுள் விருத்தியும் அளித்தருளும்படி எல்லாம் வல்ல இறைவனை இறைஞ்சுகின்றேன்.

வெள்ளகால்.
16-11-32.

வெ.ப. சுப்பிரமணிய முதலியார்.

உ

வீரமாநகர்

1. அரக்கர்கோன் அருந்தவம்

அரக்கர் என்பவர் மறப்போர் வீரர். அன்னார் ஒருகால் வானவரோடு புரிந்த பெரும் போரில் தோல்வி யுற்றனர்; இலங்கை யரசும்,செல்வமும் இழந்தனர்; பாதலம் புகுந்து பதுங்கி வாழ்வாராயினர். தருக்கிழந்த அவ்வரக்கர் குலம் தலையெடுக்கத் தசக்கிரீவன் தோன்றினான் அரக்கர் குலக் கொழுந்தாய் விளங்கிய அவ்வீரன், தன் குலப்பெருமை குன்றி நிற்கக் கண்டு மனம் குழைந்தான். ஆண்மை நிறைந்த அரக்கர் மானமழிந்து, ஏறுபோற் செல்லும் நடையிழந்து, ஏங்கி நிற்க, கின்னரர் தலைவனாகிய குபேரன் விமானமூர்ந்து, இலங்கையை ஆளக்கண்டு, தசக்கிரீவன் மனங் கொதித்தான். ஐம்புலன்களையும் அடக்கியாற்றும் அருந்தவத்தின் வலிமையாலேயே அரக்கர் பெருமை இவ்வுலகில் மீண்டும் நிலைபெறும் என்று அறிந்த அவ்வண்ணல், ஓர் அழகிய கொன்றைவனம் குறுகிப் பல்லாண்டு பெருந்தவம் இயற்றினான். அரக்கர் காளை இயற்றிய தவத்தின் பெருமை அறிந்த அயன், அவன் முன்னர்த் தோன்றி உயரிய வரங்களை உவந்தளித்தான். அவ்விதமே, தசமுகன் தம்பியாய்த் தோன்றிய கும்பகர்ணன், நீரில் மூழ்கியும், நெருப்பில் நின்று நெடுந்தவம் புரிந்தும், பல வரங்களைப் பெற்றான். அருந்தவம் முயன்று பெருவரம் பெற்ற வீரர்களை ஆர்வமுறத் தழுவி அரக்கர் அகம் களித்தனர். அரக்கர் குலம் தலையெடுத்தது என்னும் ஆர்ப்பொலி எங்கும் நிரம்பியது.

வரத்திலும் வலிமையிலும் தலைசிறந்த தசக் கிரீவனை எதிர்க்க அஞ்சிக் குபேரன் இலங்கையை விட்டு அகன்றான். அப்போது, இழந்த தனம் அடைந்தவர் போல் அரக்கர் மீண்டும் தம் பழம்பதியிற் குடி புகுந்தனர். தவப்பெருமை

சான்ற தசமுகன், இலங்கை மாநகரில் மணிமாட மாளிகைகள் நிருமித்து, மயன் மகளாகிய மண்டோதரியை மணந்து, மன்னர் மன்னனாக விளங்கினான்.

இங்ஙனம் செயற்கரிய தவம் செய்து சிறப்புற்ற தசக்கிரீவன், சிவனடியே சிந்திக்கும் செல்வனாயமைந்தான். சிவபெருமானையே மனமொழி மெய்களால் வழிபடும் மாண்பு வாய்ந்த இலங்கை நாதனது மேனியில் இலங்கிய திருநீற்றின் பெருமையை, "இராவணன் மேலது நீறு, எண்ணத் தகுவது நீறு", என்று திருஞான சம்பந்தர் போற்றிப் புகழ்ந்தார். 'மந்திரமாவது நீறு; வானவர் மேலது நீறு' என்று எடுத்துத் திருநீற்றின் பெருமை கூறப் போந்த திருஞான சம்பந்தர்,இராவணன் மேனியில் இலங்குவது வெண்ணீறு என்று ஏத்துவாராயின், அந்நீற்றினை யணிந்த இலங்கேசன் பெருமை அளவிடற் கெளிதோ? முழுநீறு பூசிய முனிவரே போல், இலங்கை வேந்தன், திண்ணிய மேனியில் வெண்ணீறணிந்து மாதொரு பாகனை மனக்கோயிலில் அமைத்து மகிழ்ந்தான்; தேவர்க்கும் மற்றுமுள்ள யாவர்க்கும் முதலாய முழு முதற்பொருளை அருமறையாற் போற்றி வழிபடும் அறிஞனாய் விளங்கினான்; பண்ணொன்ற இசைபாடும் அடியார்க்கு மண்ணும் விண்ணும் கொடுக்கும் மணிகண்டன் பெருமையை வீணையிலமைத்து விண்ணோரும் வியக்கப் பாடினான். இம்மன்னன் மனைவியா யமைந்த மண்டோதரி, கற்பின் செல்வியாய், கலை ஞானமும் சிவஞானமும் பெற்று விளங்கினாள். இங்ஙனம் மனமொத்த மனையாளொடு சைவசமய சீலனாய இலங்கை வேந்தன் இல்லறம் நிகழ்த்தினான்.

இவ் வேந்தனுக்கு இராவணன் என்னும் பெயர் இறைவனாலேயே அருளப்பெற்ற தென்பர். ஈசன் வீற்றிருந்தருளும் வெள்ளி மாமலையை அசைத்த இலங்கை மன்னன், அம் மலையின் கீழகப்பட்டு நெரிந்த நிலையில் அலறி அழுது, அறியாது செய்த பிழை பொறுக்குமாறு பணிந்து பன்னருஞ் சாமகீதம் பரிவுடன் பாடலுற்றான். மனம் குழைந்தழுத இலங்கை நாதனுக்கு இன்னருள் சுரந்த ஈசன்,

இராவணன் என்ற பெயரும், நெடிய நாளும், கொடிய வாளும் அருளினான் என்பர். இப் பெயரின் வரலாற்றைக் கம்பரது கவிதையிலே காணலாம். நன்றி மறவாத கும்பகர்ணன் அமர்க்களத்தில் ஆவி துறந்தான் என்றறிந்த நிலையில், அளவிறந்த சோகத்தால் அழுதரற்றிய அரக்கர் கோமான்,

***"அண்டத் தளவும் இனைய பகர்ந்தழைத்துப்
பண்டைத்தன் நாமத்தின் காரணத்தைப் பாரித்தான்"***

என்று கவிஞர் கூறும் மொழிகளில், இராவணன் என்ற சொல்லின் பொருள் இனிது விளங்கக் காணலாம்.

இறைவனளித்த இணையற்ற வாளின் வன்மையால் மூவுலகையும் வென்று, முட்டின்றி முறை செய்தல் இலங்கை வேந்தனுக்கு எளிதாயிற்று. கால தூதர் போன்ற காலகேயர் தலைகளை, அவ்வாளின் வன்மையால் இராவணன் அறுத்தெறிந்த கால முதல், அவன் பெயரைக் கேட்ட அளவிலே, கருவிலமைந்த மகவும் கலங்குவதாயிற்று. இன்னும், தன் கொடிய வேற் படையால் மாளாத கழுகின் வேந்தனை. ஈசனருளிய இலங்குவாளாலேயே இராவணன் ஈர்ந்து கொன்றான்.

இத்தகைய வீரம் வாய்ந்த இலங்கை வேந்தன் சிவபிரானையே முழு முதற் கடவுளாகக் கொண்ட வாலியாரின் உயிர் நண்பனாக அமைந்தான். வலிமை சான்ற வீரர் இருவரும், வழிபாட்டிலும் ஒற்றுமை யுடையவராக இருந்தமையால். தெய்வ மணக்கும் தேவாரப் பாமாலையில் இலங்கும் பேறு பெற்றனர். இலங்கை வேந்தன் ஈசன் அருள் பெற்ற உண்மையைச் சிவஞான செல்வராய திருஞான சம்பந்தரும், சொல்லின் செல்வராய திருநாவுக்கரசரும், பதிகந் தொறும் அமைத்துப் பாராட்டுவராயினர். இவ்வாறு தெய்வத் திருமுறையில் ஆன்றோர் இருவரும் பாடியதன் கருத்தினை,

***"மண்ணுலகில் வாழ்வார்கள்
பிழைத்தாலும் வந்தடையில்
கண்ணுதலான் பெருங்கருணை***

கைக்கொள்ளும் எனக்காட்ட
எண்ணமிலா வல்லரக்கன்
எடுத்துமுறிந் திசைபாட
அண்ணலவற் கருள்புரிந்த
ஆக்கப்பாட ருள்செய்தார்"

என்று சேக்கிழார் இனிதெடுத்துரைத்தனர்.

இத்தகைய புகழ்மாலை பெற்றுயர்ந்த அரக்கர் கோன், இறுதியாக இராமனுடன் போர் புரியப்போந்த நிலையிலும், இறைவனை வழிபட்டுச் சென்ற முறை சாலச் சிறந்ததாகும். உலகெலாம் கலக்கி வென்ற மைந்தனாகிய மேகநாதனை இழந்து, மூலபலம் முறிந்து, ஆணிவேரிழந்த மரம்போல் அசைந்து ஆடிய அரக்கர் கோமான்,

" ஈசனை இமையா முக்கண்
இறைவனை இருமைக் கேற்ற
பூசனை முறையிற் செய்து
திருமறை புகன்ற தானம்
வீசினன் இயற்றி மற்றும்
வேட்டன வேட்டோர்க் கெல்லாம்
ஆசற நல்கி ஒல்காப்
போர்த் தொழிற் கமைவதானான் "

என்று கம்பர் அருளிய கவியில் அவ் வழிபாட்டின் திறம் இனிது இலங்குவதாகும்.

இருப்பதோ அன்றி இறப்பதோ என்ற நிலை எய்திய போதும், இருமையும் தரும் பெருமானாகிய ஈசனை முறை வழுவாது வழிபட்டுச் சென்ற மன்னவன் சீலம், அரனடியார் மனத்தை அள்ளுவதாகும்.

2. வீணைக்கொடியோன்

இக்காலத்தில் தன்னரசு பெற்ற நாட்டினர் தனிக் கொடியுடையராக விளங்குதல் போன்று, முற்காலத்தில் மாநிலம் காத்த மன்னரும், தேவரிற் சிறந்த மூவரும், தத்தமக்குரிய தனிக்கொடியோடு திகழ்ந்தனர். அண்டங்கள் அனைத்தையும் ஆக்கும் தொழிலுடைய அயன், அழகிய அன்னத்தைத் தன் கொடியில் எழுதி அன்னக் கொடியோனாக அமைந்தான். காக்கும் தொழிலுடைய திருமால், வலிய கலுழனைத் தன்கொடியில் எழுதிக் கருடக் கொடியோன் என்று பெயர் பெற்றான். அழிக்கும் தொழில் கொண்ட அரன் மழவிடையைத் தன் கொடியில் எழுதி விடைக் கொடியோன் என்று வழங்கப் பெற்றான்.

இவ்வாறே முடிமன்னராய் முற்காலத்தில் தமிழகத்தை ஆண்டுவந்த மூவேந்தரும் அழகிய கொடியுடையோராக அமைந்திருந்தார்கள். சேர நாட்டை ஆண்ட அரசன் தன் கொடியில் வில் எழுதி வில்லவன் என்று பெயர் பெற்றான். சோழநாட்டை ஆண்டு வந்த அரசன் கடும்புலியைத் தன் கொடியில் எழுதிப் புலிக் கொடியோன் என்று போற்றப்பட்டான். பாண்டி நாட்டை ஆண்ட தென்னவன், கயல்மீனைத் தன் கொடியிலமைத்து மீனவனாக மிளிர்ந்தான். எனவே தமிழ் மன்னராய சேர சோழ பாண்டியர் மூவரும் முறையே வில்லையும், புலியையும்,மீனையும் தம் கொடியில் எழுதி மகிழ்ந்தனர் என்பது இனிது விளங்கும்.

இன்னும், மறைந்து நின்று மாயப்போர் புரியும் மாரவேளை மீனக்கொடியோன் என்றும், குழைந்த அன்பருக்கு அருள் செய்யும் குமரவேளைச் சேவற் கொடியோன் என்றும் செந்தமிழ் நூல்கள் சிறப்பித்துக் கூறுகின்றன.

பாண்டவருக்கும் கௌரவர்க்கும் நிகழ்ந்த பாரதப் பெரும் போரில், நூற்றுவர் தலைவனாகிய துரியோதனன் நஞ்சுமிழும் நாகக் கொடியோடு நின்றான். தன்னேரிலாத தருமன், முரசு எழுதிய கொடியோடு முனைந்து நின்றான். ஆகவே, விண்ணரசாளும் தேவரும், மண்ணரசாளும் மன்னரும் தத்தம் மனப்பான்மைக் கேற்ற குறிகளைக் கொடிகளிற் பொறித்தார்கள் என்னும் உண்மை நன்கறியப்படும்.

இலங்கை காவலனாகிய இராவணன், தன் வீரக் கொடியில் வீணையை எழுதி அமைத்தான். தேவரையும் மூவரையும் வென்று, திசையானைகளின் வலி அழித்து, மன்னர் மன்னனாய் இலங்கிய இலங்கை நாதன் வீரச் செல்வத்தோடு வீணைச் செல்வமும் வாய்ந்து விளங்கினான்.

"சேணுயர் நெறிமுறை திறம்ப லின்றியே
பாணிகள் பணிசெயப் பழுதில் பண்ணிடை
வீணையின் நரம்பிடை விளைத்த தேமறை
வாணியின் நாரதன் செவியின் வார்க்கவே".

என்று கம்பர் கூறுமாறு, நரம்பின் நயம் தெரிந்த நாரதன், முறை திறம்பாது பாடற் கிசைந்த பண்ணோடு அருமறை பாடி, இலங்கை மன்னனை இன்புறுத்தினான். இன்னும், இசைவல்லார் பலர், இராவணனுடைய வீரத்தையும் வெற்றியையும் இசைக் கருவியி லமைத்துப் பாடினர். இன்னிசை யின்பம் நுகர்ந்து மகிழ்ந்த இராவணன் நகரமெங்கும், இன்னொலியே நிரம்பி நின்றது. அரசன் வழி நின்ற அரக்க ரெல்லாம் ஆடலும், பாடலும் நிகழ்த்தி அகமகிழ்ந்தார்கள். நகரமெங்கும் மகர வீணையின் மந்திர வொலியும், ஆடலும், அமிழ்தின் ஆன்ற பாடலும் நிறைந்து நின்ற நீர்மையை நேரிற் கண்ட மாருதி.

"பளிக்கு மாளிகைத் தலந் தொறும்
இடந்தொறும் பசுந்தேன்
துளிக்கும் கற்பகத் தண் ணறும்
சோலைகள் தோறும்

அளிக்கும் தேறலுண்டு ஆடுநர்
பாடு நராகிக்
களிக்கின் றாரலால் கவல் கின்றார்
ஒருவரைக் காணேன்”

என்று மனமாரப் புகழ்ந்தான். அந்நகரில் வாழ்ந்த அரக்க மங்கையர் இசையினும் இனிய சொல்லமைந் தவராக இலங்கிய பெருமையைக் கண்ட அநுமன்,

“ குழலும் வீணையும் யாழும் என்றினையன குழைய மழலை மென்மொழி கிளிக்கிருந் தளிக்கின்ற .

……………………………………………………

மகளிர் ”

என்று அவரைப் புகழ்ந்து மகிழ்ந்தான்.

இவ்வாறு, இன்னொலி நிரம்பிய நன்னகரில் இன்புற்றிருந்த இலங்கைநாதன் நாரத முனிவனும் நயக்குமாறு நல்லிசையில் வல்லவனாயிருந்தான். வெள்ளி மால்வரையை அசைத்த அம்மன்னன் அன் புடன் இசைத்த பாடலுக்கு இரங்கி, இறைவன் அருள் செய்தான் என்று வழங்கும் வரலாறு, அவன் இசைப் புலமைக்கு இணையற்ற சான்றாகும்.

இவ்வுலகில் இசைத்திறம் வாய்ந்த மக்கள் யர்ந்தோராகவும், அத்திறம் அமையப் பெறாதோர் நாகரிக மற்றவர்களாகவும் எண்ணப்படுவர். மக்கள் கருத்தைக் கவர்ந்து கவலையை ஒழிக்கும் அருங்கலைகளுள் இன்னிசையே தலைசிறந்த தென்று எந் நாட் டினரும் இசைந்து கூறுவர். நஞ்சுமிழும் கொடிய நாகமும், வெம்மை சான்ற வேழமும் இன்னிசையால் இன்புற்று அடங்குமென்றால், இசையின் பெருமையை உரைக்க வல்லார் யாவர் ? குழலோசை கேட்ட நாகம், புற்றினின்றும் புதரினின்றும் வெளிப்போந்து. இசையினை நுகர்ந்து இன்புறுதலை, இன்றும் கண்கூடாகக் காண்கிறோம். யாழ் ஒலி கேட்ட ஒரு வேழம், கத மிழந்து மதமடங்கிப் பணிசெய்த பான்மையைப் பழந் தமிழ் நூலாய பெருங்கதை பாராட்டிக் கூறுகின்றது. ஆகவே, நஞ்சுமிழும்

நாகமும், மதம் பொழியும் வேழமும் நல்லிசையில் ஈடுபடும் தன்மை நன்கறியப்படும்.

இன்னும், அறிவற்ற பொருளாகிய கருங்கல்லும் இசை யின்பத்தால் நெகிழ்ந்து இளகுமென்று பழந் தமிழ் நூல்கள் பாராட்டுகின்றன. இசைபாடும் திறமையில் ஒப்புயர்வற்று விளங்கிய தமிழ் முனிவரை இசையில் வெல்லக் கருதிய இலங்கை வேந்தன், புகழ் பூத்த பொதியம் போந்தானென்றும், அரக்கன் கருத்தறிந்த அருந்தவ முனிவர் தமிழ் மணக்கும் திருக்கரத்தில் யாழ் ஏந்தி இசைபாட, அருகேயிருந்த கரும் பாறை இளகிற்றென்றும், அதன் மீது முனிவர் தம் யாழை வைத்த போது இளகிய பாறை இறுகி அவ்விசைக் கருவியைப் பற்றிக் கொண்டதென்றும், பாறையை நெகிழ்த்துப் பதிந்த யாழை எடுக்கக் கருதிய இராவணன் நெடும்பொழுது பாடியும் இளகாத கருங்கல், மீண்டும் அகத்தியனார் பாடிய பொழுது நெகிழ்ந்து யாழைக் கைவிட்டதென்றும் பழங்கதையொன்று வழங்குகின்றது. எனவே, எல்லாப் பொருள்களையும் உருக்கும் திறம் வாய்ந்த இன்னிசையில், இலங்கை வேந்தன், முத்தமிழ் முனிவர் ஒருவரை யன்றி மற்றைய முனிவர்க்கும் தேவர்க்கும் மேலவனாக விளங்கிய தன்மை உய்த்து உணரப்படும்.

இவ்வாறு ஏனைய செல்வங்களோடு இசைச் செல்வமும் பெற்று, அச்செல்வத்தை மற்றைய செல்வங்களிலும் மாண்புடையதாகக் கருதி மகிழ்ந்த இலங்கை மன்னன், உலகெலாம் நிலவிய வீரக்கொடியில் வீணையை எழுதிய தன்மை வியப்பாகுமோ? இலங்கை வேந்தனைப் போன்ற இசைவல்லார் அவன் காலத்திற்கு முன்னும் பின்னும் சிலர் இருந்திருப்பினும், இசைக் கலையில் அளவிறந்த ஆர்வமுற்று இசைக்கொடியில் இசைக் கருவியை எழுதியமைத்த பெருமை அவ்வீரனுக்கே உரியதாகும். இன்றளவும் அத்துறையில் இராவணனை வென்றார் எவரும் இலர். இசைக் கொடியோடு இலங்கையை ஆண்ட இராவ ணன் தன் இசைக்கொடியை இவ்வுலகில் எவரும் அசைக்க இயலாதவாறு நிலை நிறுத்தினான்.

3. அரக்கர் பேராண்மை

கலைமகளும் திருமகளும் களித்து நடம்புரிந்த இலங்கை மாநகரில் வீரமாதும் வீறுபெற்றுத் திகழ்ந்தாள். வரத்திலும் வலிமையிலும் தலை சிறந்திலங்கிய இலங்கேசன் அரசுபுரிந்த வளநகரில் ஆடவர் எல்லாம் வீரராக விளங்கினர். அந்நகரை அரண் செய்த கருங் கடலினும் அரக்கர் சேனைப் பெருங்கடல் அகன்று பரந்திருந்தது. அருங்கடலையும் எளிதிற் கடந்த அநுமன், அந்நகரிலமைந்த சேனைப் பெருங்கடலைக் கடத்தல் எளிதன்று என்று கருதினான்.

கல்லெனத் திரண்டு கறுத்த மேனியும், கனல் உமிழும் கண்களும், கணக்கில்லா வீரமும் வாய்ந்த கடுஞ்சினத் தரக்கரை,

"காயத்தாற் பெரியர் வீரம்கணக்கிலர் உலகம் கல்லும் ஆயத்தார் வரத்தின் தன்மை அளவற்றார் "

என்று அநுமன் வியந்து புகழ்ந்தான். கழல் உலாவிய காலும், அயிலுலாவிய கையும், அழலுலாவிய கண்ணும் உடைய அரக்கர், போரொடுங்கிப் புகழ் விரிந்திலங்கிய இலங்கை மா நகரில் ஆடிப்பாடி அகங்களித்தார்கள். பசியும் பிணியும் இன்றி, வசியும் வளனும் சுரந்த வீரமாநகரில், மதுபானமும் மதுரகீதமும் மாந்தர் கருத்தைக் கவர்ந்தன. உள்ளத்தை உருக்கி ஊக்கத்தை உலைக்கும் கவலை என்னும் கடும்பிணியறியாத அரக்கர், சாலைகளிலும் சோலைகளிலும், மாடங்களிலும், மற்றைய இடங்களிலும் செழுந்தேன் உண்டு செம்மாந்து, மங்கையர் பாடிய இன்னிசை நுகர்ந்து இன்புற்றுக் காதலுரையாடிக் களிப்பாராயினர். அம ரொடுங்கிய காலத்தில் இவ்வாறு களித்தும் காதலித்தும் காலங்கழித்த அரக்கர்கள் போர் ஒலி கேட்ட பொழுது பொங்கி எழுந்தார்கள்.

"நானிலமதனின் உண்டு போர்என நவிலின் அச்சொல்
தேனினும் களிப்புச் செய்யும் சிந்தையர்"

என்று கம்பர் அரக்கர் வீரத்தை வியந்துரைத்தார். மாற்றாருடன் வீரப்போர் புரியும் வெந் தொழிலை அரக்கர், மதுவினும் இனிதாக மதித்தார்கள். அவரது போர் வெறி மதுவெறியினும் மிகுந்து விளங்கிற்று. மன்றிலே தூங்கிய மத்தளம் காற்றில் அசைந்து ஒலிக்குங்கால், அதனைப் போர்ப் பறையென்று கருதிப் புயங்கள் நிமிர்ந்த பண்டைத் தமிழ் வீரன் பெருமையை ஔவையார் புறப்பாட்டிலே போற்றிப் புகழ்ந்துள்ளார். இத்தகைய போர் வீரரே இலங்கை மாநகரில் நிறைந்திருந்தார்கள். படைத்தலைவர் ஆணைபெற்ற போர் வீரர், எய்திய துணராது, ஏகுமிட மறியாது, அணியணியாக அடலேறுபோல் விரைந்து சென்ற ஆண்மையை,

" என்னென்றார்க்கு என் என்றார்
எய்திய தறிந்தி லாதார்
முன்னின்றார் முதுகு தீயப்
பின் நின்றார் முடுகுகின்றார் "

என்று கம்பர் நயம்படக் கூறிப்போந்தார். என்ன நேர்ந்ததென்று வினவிய வீரருக்கு மாற்றமுரைக்க இயலாது முன்னணியிலுள்ளோர் முதுகு தீயுமாறு பின்னணியிலுள்ளோர் முடுகிச் சென்றார் என்று கவிஞர் கூறும் மொழிகளில் அரக்கரது அளவிறந்த வீரமும், படை முகத்தில் அன்னார் அடங்கிப் பணி செய்த பான்மையும் இனிது விளங்கக் காணலாம். படைத் தலைவர் ஏவிய பணியை ஆர்வத்துடன் ஏற்று முடிக்கும் போர் முறை இலங்கை நாட்டில் இருந்த தென்பதற்கு இதுவே போதிய சான்றாகும்.

இவ்வாறு, அடலாண்மையுற்று விளங்கிய அரக்கர் கரங்களில் அமைந்த வில்லும் வேலும் வாளும் கதிர் ஒளியை எதிர் வீசிக் கண்ணொளியைப் பறித்தன, அப்படையின் பரப்பையும் சிறப்பையுங் கண்ட இராம தூதன், 'இங்கு விற்படை

பெரிதென்பேனோ? வேற் படை மிகுமென்பேனோ?' என்று திகைத்து நின்றான்,

இலங்கை வீரர் மாற்றார் படைக்கலத்தால் அடைந்த வடுக்களையே பெரும் பரிசாகப் போற்றி னார்கள்; படைக்கலமிழைத்த தழும்புகளைப் பண்புற நோக்கிப் பெருமிதமுற்றார்கள்.

"வானவர் எறிந்த தெய்வ
அடுபடை வடுக்கள் மற்றைத்
தானவர் துறந்த வேதித்
தழும்பொடு தயங்கும் தோளர்"

என்று அத்தழும்புகளைக் கவிஞர் வியந்துரைத்துப் போந்தார். மாற்றார் எதிர் நின்று போர் புரிந்து அவர் படைக்கலங்களை அஞ்சாது நெஞ்சிலேற்று விழுப் புண்படுத்தலும், ஆவி துறத்தலும் அழியாப் புகழ்தரு மென்பது அரக்கர் கருத்தாகும். இத்தகைய புகழை அன்னார் உயிரினும் உயர்வாக மதித்தார்கள்.

வீரப்புகழை விழுமிய செல்வமாக மதித்த அரக்கர், அமர்க்களத்தில் முன்வைத்த காலைப் பின் வைத்த லறியாத வீரராக விளங்கினரென்று விளம்பவும் வேண்டுமோ? அஞ்சா நெஞ்சு படைத்த அரக்கர் அசோக வனத்தில் மாருதியின் அளவிறந்த ஆற்றலை அறிந்த போதும், உயிருள்ளளவும் அவனுடன் போர் புரிந்து மாளக் கருதினரேயன்றி, அஞ்சி மீளக் கருதினாரல்லர். அரக்கர் சேனை அழிவுற்ற செய்தியை அரக்கர் கோனிடம் அறிவிக்கப் போந்தவர் பூஞ்சோலை காத்த பருவத் தேவரே யாவர். அரக்கர் அழிந்தா ரென்று விளம்பவும் அஞ்சி விம்மலுற்றுக் கையினால் கட்டுரைத்த வானவரை நோக்கி, "என் வீரர்கள் இறந்து விழுந்தனரோ? அன்றி, என் ஆணையை இகழ்ந்து அகன்றனரோ? அமர்க்களத்தில் அயர்ந்து நீங்கினரோ?" என்று இலங்கேசன் வினவிய போது வீரருக்குரிய முறையில் வீழ்ந்து உயிர் துறந்த அரக்கர் பெருமையை,

"சலம் தலைக் கொண்டனராய தன்மையர்
அயர்ந்திலர் செருக்களத் தஞ்சினாரலர்"

என்று தேவர் அறிவிக்கும் திறம் அறிதற்குரியதாகும். இத்தகைய வீரம் வாய்ந்த அரக்கரது புகழுடம்பு உலக முள்ளளவும் பொன்றாது நின்று நிலவு மன்றோ?

4. இலங்கை வேந்தனும் கழுகின் வேந்தனும்

கோசல நாட்டைத் தசரதன் ஆண்டு வந்த காலத்தில் பஞ்சவடியின் அருகே இருந்த பசுங் கானகத்தில் கழுகின் காவலனான சடாயு வாழ்ந்து வந்தான். கோசல நாட்டு அரசனும் கழுகின் வேந்தனும் உடலும் உயிரும் போலவும், மணியும் ஒளியும் போலவும் உயிர் நண்பராக அமைந்து வாழ்ந்தார்கள். ஆண்மையிலும் அருளிலும் தலைசிறந்து விளங்கினான் கழுகரசன்.

தாயின் ஆணை தலைமேற் கொண்டு, நாடு துறந்து காடு புகுந்த கமலக்கண்ணன், கானகத்திலே கழுகின் வேந்தனைக் கண்ணுற்றான்; இரக்கமற்ற அரக்க னொருவன் நல்லோரை நலியுமாறு கழுகுருக்கொண்டு கானகத்தில் உறைகின்றானோ என்று எண்ணினான்; அப்பால் அப்பறவை மன்னனுடன் பேசியபோது, அவன் அரக்கன் அல்லன் என்றும், தன் தந்தை யாரின் உயிர்த் துணைவன் என்றும் உணர்ந்தான். வில்லைத் தாங்கிய வீரர் இருவரும் தசரத மன்னன் பெற்ற மைந்தர் என்று அறிந்த கழுகின் காவலன் அளவிலா மகிழ்வடைந்து ஆதி மன்னனது உடல் நலம் வினவினான். மறுவற்ற கதிரவன் மரபின் பெருமையைக் காத்து, தசரத மன்னன் மாண்டான் என்று மைந்தர் கூறியபோது,

"இரக்கமுற் றானென ஏக்கம் எய்தினான்
உறக்கமுற் றானென உணர்வு நீங்கினான்"

என்று கம்பர் அருளியபடி, கழுகரசன் ஏக்கமும் மயக்கமும் எய்தினான்; அப்பால் ஒருவாறு மயக்கம் தெளிந்து, கல்லும் புல்லும் கரைந்துருகக் கதறியழுது கண்ணீர் உகுத்தான்; தசரதன் உடலும், தான் உயிருமாக இருக்க, உயிரை

மண்ணுலகில் விட்டு உணர்வற்ற கூற்றுவன் உடலை விண்ணுலகம் ஏற்றி னானே என்று வருந்தினான்; பின்பு,

"மருவினிய குணத்தவரை இருசிறகால்
உறத்தழுவி மக்காள் நீரே
உரியகடன் வினையேற்கும் உதவுவீர்
உடலிரண்டுக்கு உயிரொன்றானான்
பிரியவும் தான் பிரியாதே இனிதிருக்கும்
உடற் பொறையாம் பீழை பாராது
எரியதனில் இன்றேபுக்கு இறவேனேல்
இத்துயரம் மறவேன் என்றான்"

உடலிரண்டுக்கு உயிர் ஒன்றென நின்ற தசரதன் ஆவியகன்ற பின்னர், இவ்வுலகில் உயிர்வாழ மனமற்ற பறவையரசன், எரியில் விழுந்து இறக்கத் துணிந்தான். இறந்தாரைப் பிரிந்திருக்கலாற்றாது எரியில் விழுந்து இறக்கும் செயல் உண்மை அன்பின் உயரிய நிலையை உணர்த்துவதாகும். காதலரை இழந்த கற்பமைந்த மங்கையர், பிரிவாற்றாமையால் எரியில் இறங்கி இறக்கும் பான்மையை அகம் நிறைந்த காதலுக்கு அடையாளமாக ஆன்றோர் போற்றிப் புகழ்வர். இத்தகைய உயரிய காதல் கழுகின் காவலனிடம் அமைந்திருந்தமையாலேயே தசரதன் இறந்த துயரம் பொறாது, தானும் இறக்கத் துணிந்தான்; அந்நிலையில் மக்களாய இருவரும் இடைநின்று தடை செய்தமையால், அவர் நலங்கருதி உயிர் வாழ இசைந்தான். தந்தையை மெய்நெறியிற் செலுத்தி, தாயின் சொல்லைத் தலைக்கொண்டு, அரசுரிமையைத் தம்பிக்களித்த தாமரைக் கண்ணனைப் பறவை மன்னன் அன்புறத்தழுவி ஆனந்தக் கண்ணீர் சொரிந்தான்; வாய்மை நெறியைக் காக்குமாறு கண்ணினும் இனிய மைந்தனைக் கானகம் போக்கி, அவன் பிரிவாற் றாது உயிர் துறந்த மன்னவன் பெருமையை மனமாரப் புகழ்ந்தான்; அவன் பெற்ற பெருமையும் புகழும் தனக்கும் உரியதென்று கருதி அகமகிழ்ந்தான். மன்னன் இறந்தானென்று கேட்டபோது எய்திய துன்பம் அவன் இறந்த ஏதுவை அறிந்தபோது இன்பமாக மாறிற்று. அயோத்தி

மன்னனும் கழுகின் வேந்தனும் நேசமென்னும் பாசத்தாற் பிணிப்புற்று இன்ப துன்பங்களைப் பகுத்து நுகரும்பான்மை உற்றிருந்தாரென்பது இதனால் இனிதறியப்படும்.

பஞ்சவடியில் மைந்தரிருவரும் சீதையோடு அமர்ந் திருந்தபோது கழுகரசன், மூவர்க்கும் உற்ற துணையாக அமைந்து, "பார்ப்பைப் பார்க்கும் பறவை" போற் பாதுகாத்து வந்தான். இவ்வாறிருக்கையில் சீதையைத் தன் இதயமாம் சிறையில் வைத்த இலங்கை வேந்தன், அத் திருமகளை வஞ்சனையாற் கவர்ந்து செல்லக் கருதி மாயமானை அவள் முன்னே அனுப்பினான். அம் மானின் தன்மையுணராத மங்கை, அதனைப் பிடித்துத் தருமாறு தன் மணாளனை வேண்டினாள். மங்கையின் உள்ளத்தை மகிழ்விக்கக் கருதிய இராமன், மாயமானைப் பின் தொடர்ந்து சென்றான். நெடுந்தூரம் சென்ற தமையனைத் தேடித் தம்பியும் பின்னே போந்தான். அப்போது தனியாக இருந்த தையலை இலங்கை வேந்தன் நிலத்தொடு பெயர்த் தெடுத்துக் காற்றினும் கடிது செல்லும் விமானத்தி லேற்றி ஆகாய வழியே இலங்கையை நோக்கிப் புறப்பட்டான்.

இலங்கை மன்னனது மாயமே மானாக வந்து தன்னை மயக்கிற்றென்று சீதை அறிந்தாள்; இரக்கமற்ற அரக்கனைத் தடுத்துத் தன்னைக் காத்தற்குரிய தலைவனும் இளவலும் இல்லாமை கண்டு ஏங்கினாள் ; மலைகளும் மரங்களும், மாய அரக்கனை நோக்கி அஞ்சக் கண்டு மயங்கினாள்; தனக்கு உதவி செய்வார் ஒருவரையும் காணாது, மலைச்சாரலில் வாழ்ந்த மயிலையும் குயிலையும், கலையையும் பிணையையும் கூவி அழைத்து; அவ்வுயிர்களிடம் தன் துயரை அறிவித்தாள். தாயனைய கோதாவிரியைக் கண்டபோது,

"கோதா விரியே குளிர்வாய் குழைவாய்
மாதா அனையாய் மனனே தெளிவாய் "

என்று தன் துயரை அவ் வாற்றினிடம் அறிவித்தாள். இவ்வாறு அரற்றியும் அபயம் அளிப்பார் எவரையும் காணாது, அரக்கன் கையில் அகப்பட்ட திருமகள் அழுது சாம்பினாள்.

அந் நிலையில், கழுகின் காவலன் அவ்விடம் வந்து சேர்ந்தான்; விண்ணிலே விரைந்துசென்ற விமானத்தில் நஞ்சினும் கொடிய இலங்கை நாதனைக் கண்டான், அன்னம் போன்ற திருமகள் அவன் வசப்பட்டு அலமந்த நிலைகண்டு அழுங்கினான் ;

**'சஞ்சலம் கலந்தபோது தையலாரை உய்யவந்து
அஞ்சல் அஞ்சல் என்கிலாத ஆண்மை என்ன
ஆண்மையே!'**

என்று எண்ணி, அருந்துயரில் ஆழ்ந்த மங்கைக்கு அபயம் அளித்தான். இலங்கை வேந்தனது அளவிறந்த வலிமையையும் அரிய பெரிய வரங்களையும் கழுகரசன் அறியாதவன் அல்லன். முன்னவன் அருளால் முக்கோடி வாழ்நாளும், திக்கெலாம் வெல்லும் திறமும் பெற்றுயர்ந்த அரக்க மன்னன் திறமையை அறிந் திருந்தும், அவன் கவர்ந்து சென்ற காரிகையைக் காத்தல் தன் கடன் என்று கழுகின் காவலன் கருதினான். அன்றியும், மைந்தரிருவரையும் மகன்மை கொண்ட முறையில், சீதை, கழுகரசனின் மருகி யாயினள். அம் மங்கையையும், மைந்தரிருவரையும் காப்பதாகப் பறவை மன்னன் முன்னரே வாக்களித் தும் இருந்தான் ; ஆதலால், எவ்வாற்றானும் இலங்கை வேந்தனைத் தடுத்து, மங்கையை மீட்பதே முறையாகு மென்று துணிந்தான்.

கழுகரசன் ஆண்மையிற் சிறந்து விளங்கியவாறே; அருளிலும் தலைசிறந்து விளங்கினான். அருந்திறல் வாய்ந்த அரக்கர் தலைவனை அருளோடு நோக்கி, 'அரக்கனே! கற்பிற் சிறந்த சீதையை நீ விட்டுச் சென்றால் பிழைத்தாய்; இன்றேல் நின் கிளையோடும் கெட்டாய். நின்வாழ்வை யெல்லாம் சுட்டாய். உலகின் தாயாய சீதையை நீ யாதாக நினைத்தாய்?

இம்மைக்கும் மறுமைக்கும் கேடு சூழ்ந்தாய். இம்மங்கையின் தலைவனான இராமனே உலகுக்கெல்லாம் தலைவன். அவன் வில்லின் வெம்மைக்காற்றாது நீ உயிர் துறப்பாய். இறைவன் அருளால் நீ பெற்ற வரமும் பயனற்றுப் பாழாகும். ஆதலால் தேவியை விட்டு நின் ஆவியைக் காப்பாற்றிக் கொள்' என்று கழுகரசன் எடுத்துரைத்தான்; ஆயினும், அரக்கன் கூறிய மாற்றத்தால் அவன் ஆவியற்ற போதன்றிச் சீதை பால் வைத்த ஆசை அறான். என்று ஐயமற அறிந்தான்.

இலங்கை வேந்தன் விமானத்தில் வீணைக் கொடி பறந்தது. ஆரந்தாழ்ந்த அவன் அழகிய மார்பில் வீரக் கவசம் விளங்கிற்று.

வலியகரங்களில் வில்லும் வேலும் வாளும் இலங்கின. இத்தகைய படைக்கலங்களோடு விளங்கிய வீரனை, வலியசிறகே வாகனமாகவும், மூக்கே வாளாகவும், நகமே வேலாகவும் கொண்டு கழுகின் காவலன் எதிர்த்தான்; புயவலியும் படைவலியும் படைத்த அரக்கர் கோனுடைய வீணைக் கொடியைப் பறித்து இறுத்தான்; அவன் வில்லைப் பல்லால் இழுத்துத் தாளால் முறித்தான்; முத்தார மார்பை மூடியிருந்த கவசத்தின் மூட்டறுத்தான். இதனைக் கண்ணுற்ற இலங்கை வேந்தன் கடுஞ்சினங் கொண்டு, கூற்றினும் கொடிய கூரிய வேற்படையை வேகமாகச் சுழற்றி விடுத்தான். அவ் வேல், வீரம் செறிந்த கழுகின் இறகைத் துளைக்க வலியற்றுக் குழைந்து மீண்டது.

அந் நிலையில், பறவையரசன் விரைந்தெழுந்து தேர்ப்பாகன் தலையைப் பறித்து, மோகம் படைத்த வேந்தன் முகத்தில் எறிந்தான். அது கண்ட இராவணன் பெருஞ்சீற்றமுற்று, ஓர் ஆடகத்தண்டால் கழுகரசனை அறைந்தான். அதன் வெம்மையைப் பொறுக்கலாற்றாது பறவை மன்னன் மால்வரை போன்று மண் மேல் வீழ்ந்தான். அச் செயலைக் கண்ட சீதை சிந்தை யழிந்து, வெந்த புண்ணில் வேல் நுழைந்தாற் போல் வருந்தித் துடித்தாள். பறவை மன்னன் தன் துயரை மறந்து, 'அன்னமே அஞ்சேல்' என்ற

அபயமொழியோடு மீண்டும் அரக்கர் தேர்மீது பாய்ந்து, அவன் தண்டைப் பறித்துத் தரை மீது எறிந்தான். இவ்வாறு தன் படைக்கலங்களைப் பாழாக்கிய கழுகின் வலிமையை எவ்வாறு அழிக்கலாமென்று இலங்கை வேந்தன் எண்ணி இருக்கையில், பறவையரசன் தன் கூரிய மூக்கினால், அரக்கனுடைய பரிகளைக் குத்திக் கொன்று அவன் மார்பிலும் புயத்திலும் சிறகால் அறைந்தான். அப்போது அடலேறனைய இலங்கை நாதன் உடல் உலைந்து உயிர்ப்படங்கி மயங்கி முடி சாய்ந்தான்.

பின்பு, மயக்கந் தெளிந்த போது, இறைவன் அளித்த மந்திரவாளால் அன்றிக் கழுகரசன் மாளான் என்றறிந்து இராவணன் அவ்வாளை எடுத்து வீசினான். அவ்வாளின் வெம்மைக் காற்றாது கழுகரசன் குழைந்து மண்மேல் விழுந்தான். இவ்வாறு அறநெறி திறம்பிய அரக்கன் வாளால் அருள் நிறைந்த கழுகரசன் தோல்வியுறக் கண்ட திருமகள் நஞ்சுண்டவள் போல நடுங்கி,

'அல்லல் உற்றேனை வந்து அஞ்சலென்ற இந்
நல்லவன் தோற்பதே நரகன் வெல்வதே
வெல்வதும் பாவமோ வேதம் பொய்க்குமோ
இல்லையோ அறமென இரங்கி ஏங்கினாள்.'

"ஐயோ! அல்லலுற்ற ஏழையாய எனக்கு ஆதரவாக வந்து, அஞ்சேல் என்று அபயமளித்த அருளாளன் தோற்பதும், அல்லவை புரியும் அரக்கன் வெல்வதும் நீதியோ, முறையோ? இவ்வுலகில் மறமும் அறத்தை வெல்லுமோ? அறம் என்பது உலகில் இல்லையோ ?' என்று ஏங்கி அழுதாள். இரக்கமற்ற அரக்கன், திருமகளைக் கொண்டு தென் திசை நோக்கிச் சென்றான்.

இலங்கை அரசனின் வலிமையைச் செவ்வையாக அறிந்திருந்தும், அவன் வஞ்சித்துக் கவர்ந்து சென்ற மங்கையின் துயர்கண்டு மனம் பொறாது அவ்வரக்கனுடன் பொருதுகொண்ட உயிர்த்துப் புகழ் கொடு பறவை மன்னன்,

'தெய்வ மரணம்' எய்தினான் என்று இராமவீரன் மனமாரப் புகழ்ந்தான்.

"சரண் எனக்கு யார்கொல் என்று
சானகி அழுது சாம்ப
அரண் உனக்கு ஆவன் வஞ்சி
அஞ்சலென்று அருளின் ஓம்பி
முரணுடைக் கொடியோன் கொல்ல
மொய்யமர் முடித்துத் தெய்வ
மரணம் என்தாதை பெற்றது
என்வயின் வழக்கன் றாமோ?"

என்று இராமன் கூறும் இனிய மொழிகளால் கழுகரசன் எய்திய மரணத்தின் மாண்பு நன்கு விளங்கும். அடைக்கலம் புகுந்த புறாவின் உயிரைக் காத்தற் பொருட்டுத் தன் ஆருயிர் கொடுத்த அரசனும், உலகெலாம் காக்கும் உயரிய அருளால் ஆலமுண்ட நீலகண்டனும், 'ஆதிமூலமே' என்றழைத்த ஆனைபால் அருள் சுரந்து அதன் துயரந் தீர்த்த திருமாலும். அடைக்கலம் புகுந்த அந்தணனைக் காக்குமாறு காலனைக் காலால் உதைத்த கடவுளும், நஞ்சினுங் கொடிய இலங்கை நாதன் வசப்பட்டு அஞ்சித் 'துயருற்ற வஞ்சியின் பொருட்டுக் கடும் போர் புரிந்து ஆவி துறந்த கழுகின் வேந்தனும், அறநெறியென்னும் திருநெறியில் தலைசிறந்தவரென்பதில் ஐயமொன் றுண்டோ?' இதனாலேயே சொல்லின் செல்வனாய அநுமன், பறவை வேந்தன் பெருமையைச் சிறையிலிருந்த சீதையிடம் உரைக்கப் போந்தபோது. "தன்னுயிர் புகழ்க்கு விற்ற சடாயு" என்று சுருங்கச் சொல்லி விளங்க வைத்தான்.

5. அரக்கரும் அமரரும்

எத்திசையும் புகழ் மணக்க இலங்கை மாநகரில் வீற்றிருந்த இராவணன் விண்ணையும் மண்ணையும் வென்று இணையற்ற வீரனாக விளங்கினான். அவ் வேந்தன் வாழ்ந்த வீரமா நகரில் வானவர் அஞ்சி வணங்கி அடிமைத் தொழில் ஆற்றுவாராயினர். பொன்னும் மணியும் பொலிந்து விளங்கிய நன்னகரில் அமரர் அடங்கிப் பணி செய்த பான்மையை அறிந் தான், அந்நகர்க்குத் தூது சென்ற அநுமன் அரக்கர் கோன் ஆற்றிய அருந்தவத்தினை மனமார அவன் புகழ்ந்தான். மரமெலாம் கற்பகமாகவும், மனையெலாம் கனகமாகவும் விளங்கிய அம் மணிநகரில் வான மங்கையர் அரக்கியர்க்கு அடியராய் வணங்கிப் பணி செய்த பான்மையையும், தருக்கொழிந்த தேவர் தாழ்ந்து பணிசெய்த தன்மையையும், தன் மெய்யுணர் கண்களாற் கண்ட மாருதி, தவஞ்செய்த தவத்தா லேயே அச் சிறப்பு இலங்கை வேந்தனுக்கு வாய்த்த தென்றெண்ணி, ஆற்றவும் வியந்து நின்றான்.

அந்திமாலை வந்தெய்தியபோது அமரர் பந்தி பந்தியாக இலங்கை வேந்தனது சபையை நோக்கி விரைந்தோடினார்கள்.

"சித்திரப் பத்தியில் தேவர் சென்றனர்
இத்துணை தாழ்ந்தனம் முனியு மென்றுதம்
முத்தினா ரங்களும் முடியின் மாலையும்
உத்தரீ யங்களும் இரிய ஓடுவார்"

என்று நகைச்சுவை ததும்பக் கம்பர் அருளிப் போந்தார். கடமை ஆற்றுங் காலம் கழிந்தால் காவலன் முனிவானே என்று அஞ்சி நடுங்கிய வானவர், மார்பிலணிந்த ஆரங்களும், முடியிற் சூடிய மாலைகளும், தோளிலமைந்த ஆடைகளும்

துவண்டு சரிய வேகமாக ஓடினார்கள். இவ்வாறு ஓடிய தேவர்கள், அம் மன்னனைக் கண்ட பொழுது மனமும் மெய்யுங் குவிந்து பணி செய்தமுறை அவர் அடிமை வாழ்க்கையைப் பளிங்கு போல் உணர்த்துவதாகும். விண்ணிலே உலாவிய விஞ்சை வேந்தர்கள், தம் மணி முடி மீது மலர்க்கரங் குவித்து, மன்னனைச் சூழ்ந்து நின்றார்கள். சிங்கம் போன்ற சித்தர்கள், அங்கையும் மனமுங் குவிந்து அரசன் ஆணையை நோக்கி நின்றார்கள்; அம்மன்னன் குற்றவேல் புரியும் மாதரை நோக்கி ஒரு மாற்றம் கூறினும் சிந்தையொடுங்கிய சித்தர் தலை வணங்கினார்கள். அமைச்சரை நோக்கி அரக்கர்கோன் ஒரு நன்மொழி பகரினும், இன்னிசை வல்ல கின்னரர், மனமும் மெய்யும் நடுங்கி, இட்ட பணியாதென்று இறைஞ்சி நின்றார்கள். இன்னும், இலங்கை மன்னன் மனதைக் கவர்ந்து மகிழ்விக்குமாறு, வானவர் அவன் புகழை இசையிலமைத்துப் பாடினார்கள்; திசை யானைகளின் வலியழித்து, ஈசனது மலையைப் பெயர்த்து, இந்திரன் தோள்களை இறுகப் பிணித்து இணையிலாப் புகழ்பெற்ற வீணைக் கொடியோனின் வீரச்செயல்களை வியந்து பாடி அவன் வெம்மையைத் தணித்தார்கள். விழுமிய மறையை வீணையில் அமைத்து இசைத்திறம் அறிந்த நாரத முனிவர் இன்னிசை நிகழ்த்தினார். நடனத்தில் வல்ல வான மங்கையர், காரினைக் கண்ட மயில் போற் களித்து, கைவழி நயனம் செல்லக் களிநடம் புரிந்தார்கள். இலங்கை வேந்தன் அடி பணிந்த முடிவேந்தர் அணிந்திருந்த மாலைகளினின்றும் உதிர்ந்த மலர்த்தாதும் ஆரங்களினின்று சிதறிய முத்தும் மணியும் தரையில் வீழ்ந்து படியு முன்னம், அக் குப்பையைக் காற்றின் வேந்தன் விரைந்து துடைத்தான்.

இன்னும், காலந்தவறாது உயிர்கவரும் காலன், சூலந்துறந்து, சுற்றிய ஆடையால் வாய் புதைத்துக் காவலன் மாளிகையில் காலம் உரைத்தான். அங்கித் தேவன் அணி விளக்கேற்றி வீரமா நகரை அழகு செய்தான். மேனகை முதலிய வானமங்கையர் மணிக்கவரி வீச, தேனினும் இனிய குரலமைந்த தெய்வ மங்கையர் இன்னிசை நிகழ்த்த, கற்பக மலர்கள் நறுமணங்

கமழ, மன்னன் தேவியாய மண்டோதரி மெல்லிய மஞ்சத்தில் இனிது துயின்றாள்.

இவ்வாறு, இலங்கை மன்னனுக்கும் மாபெருந் தேவிக்கும் மனமடங்கிப் பணி செய்த வானவர், மற்றைய அரக்க வீரர்க்கும் அஞ்சிக் குற்றேவல் செய்வாராயினர். புதுமணம் நிகழ்ந்த அரக்கர் மனைதொறும் புகுந்து, அமரர் ஆசி கூறிச் சோபனம் உரைத்தார்கள். வானமங்கையர் பல்லாண்டு பாடினார்கள். அந்நகரில் அமைந்த நன்னீர் ஆற்றில் வானமங்கையர் அரக்கமாதரை நீராட்டி மகிழ்வித்தார்கள். இவ்வடிமை வாழ்வை இனிதறிந்த கழுகின் காவலன்,

'தெண்டிரை உலகந் தன்னில்
செறுநர் மாட் டேவல்செய்து
பெண்டிரின் வாழ்வ ரன்றே
இதுவன்றோ தேவர் பெற்றி'

என்று இராம வீரனி[illegible]ர் அறிவித்த முறை அறியத் தக்கதாகும்.

இவ்வாறு பேதையராய் வாழ்ந்த தேவரிற் சிலர் இலங்கை வேந்தன் ஆணையால் அழகிய அசோகவனத்தைக் காவல் செய்தனர். அம் மணிமலர்ச் சோலையை அமரர் கண்ணினைக் காக்கும் இமைபோற் காத்தனர். இத்தகைய அழகிய சோலையை இலங்கைமா நகருக்குத் தூது சென்ற அநுமன் சின்ன பின்னமாகச் சிதைத்து அழித்தான். மாசறு மணியும் பொன்னுங் குயிற்றிய மதனச் சோலை சிதைந்தது என்றறிந்த காவலாளர்கள் சிந்தை கலங்கி, நெஞ்சம் வெதும்பி, பிணங்கிய தாள்களோடு இலங்கை வேந்தன் மாளிகையை நோக்கிச் சென்றார்கள்.

"நீரிடு துகிலர் அச்சர்
நெருப்பிடு நெஞ்சர் நெக்குப்
பீரிடும் உருவர் தெற்றிப்
பிணங்கிடு தாளர் பேழ்வாய்
ஊரிடு பூச லார
உளைத்தன ரோடி யுற்றார்

பாரிடு பழுவச் சோலை
பாலிக்கும் பருவத் தேவர்"

என்னும் கம்பர் கவியால் தேவர் கோலம் தெற்றென விளங்கும். வெஞ்சின வேந்தன் முன்னே சென்று அழகிய அசோகவனம் அழிந்ததென்று சொல்லவும் அஞ்சிய அமரர், மெய்யரும்பி விதிர் விதிர்த்து நடுங்கி, அரக்கர் கோன் அடிகளில் விழுந்தெழுந்து, "ஐயனே! வலிமை சான்ற ஒரு வானரம் வந்து நமது வண்ணச் சோலையை அழித்தது" என்று வாய்குளறிக் கூறினார்கள். 'வீரமாநகரில் ஒரு வானரம் புகுந்து அசோக வனத்தை அழித்ததென்று மூடரும் மொழியார்' என்று இலங்கேசன் . எள்ளி நகைத்தான். இலங்கையைச் சூழ்ந்த கருங்கடலைக் கடந்து அக்கருங் கடலினும் அகன்ற அரக்கர் சேனைப் பெருங் கடலைக் கடந்து, ஒரு குரங்கு அசோக வனத்தைச் சிதைத்தது என்ற சொல்லைக் கேட்ட இலங்கை வேந்தன் அவரை ஏளனஞ் செய்தான். அப்போது அண்டகோளம் நடுங்க அனுமான் ஆர்த்த பேரொலி கேட்டு அரக்கர் கோன் ஐயம் தீர்ந்து அவ்வானரத்தைப் பற்றிக் கொணருமாறு அரக்க வீரரை ஏவினான். சூலம் முதலிய படைகள் தாங்கிய அரக்க வீரர் குரங்கின் மேல் கொதித் தெழுந்தனர்.

இவ்வாறு கிளர்ந்தெழுந்த கிங்கரரை அநுமன் தோள் வலியாலும் தாள் வலியாலும் வென்றொழித்தான். அரக்கர்சேனை அழிந்தது என்று அரசனிடம் சொல்ல நாவெழாது நடுங்கிய தேவர் காவலன் முன்னே போந்து கை பிசைந்து கலுழ்ந்து நின்று, நிகழ்ந்த வினையை அறிவிக்கும் நீர்மை நகை விளைவிப்பதாகும். மன்னன் முன்னே மூங்கையர் போல் நின்று சைகை செய்த தேவர் செய்கையை,

"விரைவின் உற்றனர் விம்மலுற்று
யாதொன்றும் விளம்பார்
கரதலத்தினால் பட்டதும்
கட்டுரைக் கின்றார்
தரையின் நிற்கிலர் திசைதொறும்

நோக்கினர் சலிப்பார்
அரசன் மற்றவர் அலக்கணே
உரைத்திட அறிந்தான்"

என்று கவிஞர் அழகிய மொழிகளால் அருளிப் போந்தார். விரைந்தோடி வந்த தேவர் வாயினாற் பேச இயலாது. கையாலும் மெய்யாலும் கட்டுரைத்த செய்தியை அரசன் குறிப்பாக உணர்ந்தான். ஆயினும், அச்சபையிலிருந்த மற்றைய தேவர் தன்னை ஏளனம் செய்வாரென்று எண்ணி நாணிய இலங்கை நாதன், அடிமைகளாக நின்ற அமரரை நோக்கி, "நிகழ்ந்த செயலை நீர் நேரில் அறியீர் போலும்! வானரம் விளைத்த தீங்கைக் கண்டீரோ ? அன்றிக் கேட்டீரோ?" என்று விடைகரந்த மொழிகளால் வினவினான். காவலன் கருத்தறிந்தும் பொய்கூற அஞ்சிய அமரர், ஐயனே! அரக்கர்க்கும் குரங்குக்கும் நிகழ்ந்த அரும்போரை ஒருபால் ஒதுங்கி ஒளிந்திருந்து கண்டோம். அலைகடல் போல் வளைந்த அரக்கர் சேனையை அக்குரங்கு ஒரு மரத்தினால் அடித்தது; அரக்கர் அஞ்சாது போர்புரிந்து அழிந்தனர் ; இன்னும் அக்குரங்கு ஒழிந்திலது" என்று மாற்றம் உரைத்தார்கள். அப்போது இலங்கை வேந்தன் எரிதவழும் கண்களோடு எதிரே நின்ற சம்புமாலி யென்னுஞ் சேனாபதியை நோக்கி, குறும்பு செய்த குரங்கைப் பிடித்துக் கொணருமாறு பணித்தான்.

அப்பணியைத் தலைக்கொண்டு சென்ற மாலியின் சேனையை வானரம் மலைபோற் சிதைத்தது. இழவோலை தாங்கி இருமுறை இலங்கை வேந்தன் முன்னே சென்று பழகிய தேவர், மூன்றாம் முறையும் அவன் முன்னே ஓலைகொண்டு சென்றார்.

"புக்கார் அமரர் பொலந்தார்
அரக்கன் பொருவில் பெருங்கோவில்
விக்கா நின்றார் விளம்ப
லாற்றார் வெருவி விம்முவார்
நக்கான் அரக்கன் நடுங்கல்

என்றான் ஐய நமரெல்லாம்
உக்கார் சம்பு மாலி உலந்தான்
ஒன்றே குரங்கென்றார்"

அரக்கர்கோன் அரண்மனை யடைந்த அமரர் நிகழ்ந்த செயலை விளம்பலாற்றாது விக்கி விம்மி நின்றார்கள். இக் கோலத்தைக் கண்ட காவலன் குலுங்க நகைத்து, "நடுங்காதீர்! என்ன நிகழ்ந்தது சொல்வீர்!" என்று வினவினான். அவ்வுரை கேட்ட அமரர் சிறிது மனந்தேறி, "ஐய! நம்மவரெல்லாம் இறந்தார், சம்பு மாலியுஞ் சிதைந்தான். ஆயினும் குரங்கு ஒன்றே!" என்று மாற்றம் உரைத்தார்கள். இலங்கை வேந்தன்பால் உள்ள அச்சத்தால் அரக்கரையும் தம்மையும் வேற்றுமைப்படுத்தாது, 'நமரெல்லாம் இறந்தார்' என்று அமரர் நாணாது சொல்லும் முறை அவர் அடிமை வாழ்க்கைக்கு அமைந்த சான்றாகும்.

சமரில் மிக்க சதுரனாய சம்புமாலி இறந்தான் என்றறிந்த இலங்கை வேந்தன், கண் சிவந்து, ஐம்பெரும் பூதம் போல் அருகே நின்ற பஞ்ச சேனாதிபதியரைப் போர் செய்யப் பணித்தான். அவ்வரக்கர் மலையினும் வலிய மார்பர்; அலையினும் அகன்ற தோளர்; கனலினுங் கொடிய கண்ணர்; கூற்றினும் கொடிய கொலைஞர், இத்தகைய ஆற்றல் சான்ற அரக்கரையும் அநுமன் ஒருவனாக நின்று அழித் தொழித்தான். அப்பால் அமர் புரிய வந்த அரக்கர் கோன் மைந்தனான அக்கனை அநுமன் சாந்து போல் தரையில் தேய்த்தான். அக்கன் உலந்தான் என்றறிந்த போது. அரக்கர்கோன் அரண்மனையில் ஆறாத அழுகுரல் எழுந்தது. மைந்தனை இழந்த மண்டோதரி, மன்னன் அடிகளில் வீழ்ந்து மயங்கினாள். மன்னன் தேவி மறுகி அழக்கண்ட மற்றைய மாதரும், அரசன் அடியில் வீழ்ந்து கண்ணீர் வடித்துக் கதறினார்கள். இக் கோலத்தைக் கண்ட காவல் தேவரும் அவ்வாறு அழுதலே முறையென்றெண்ணி, அரக்கர்கோன் அடிகளில் விழுந்து அழுவாராயினர்.

"தாவரும் திருநகர்த் தையலார் முதல்
ஏவரும் இடைவிழுந்து இரங்கி ஏங்கினார்
காவலன் கால்மிசை விழுந்து காவல்மாத்
தேவரும் அழுதனர் களிக்குஞ் சிந்தையார்"

என்று தேவரது கரவொழுக்கத்தைக் கவிஞர் தெளிவுற எழுதிப் போந்தார். இலங்கை வேந்தன் துயருறக் கண்டும், அரக்கர் அழிவுறக் கண்டும் அகமகிழ்ந்த தேவர், போலிக் கண்ணீர் வடிக்கும் கூலி மாதர் போல் அரசன் அடிகளில் விழுந்து அழுதார்கள். அரக்கர் கோனிடம் அன்பு இறையளவுமின்றி அச்சத்தாற் பணிசெய்த அமரர், அவன் கவலையுறுந்தோறும் களிப்பெய்துதல் இயல்பே யன்றோ? நெஞ்சகத்து அன்பு நிறைந்தவர் துயரமும், வஞ்ச மனத்தவர் போலித் துயரமும் புறத்து ஒன்றாகவே தோன்றும் என்பதற்கு அமரர் செய்கையே அமைந்த சான்றாகும்.

6. இருவகை அமைச்சு

நெடுங்கடலில் நெறி அறிந்து கலம் செலுத்தும் மாலுமி போல், மா நிலத்தை நன்னெறியிற் செலுத்துவதற்கு மன்னன் வேண்டும் என்பது பழந் தமிழ் மக்கள் கண்டறிந்த அரசியல் உண்மையாகும். மன்னுயிர் காக்கும் கடப்பாடுடைய மன்னவனே நாட்டின் உயிர் என்னும் கொள்கை,

"நெல்லும் உயிரன்றே நீரும் உயிரன்றே
மன்னன் உயிர்த்தே மலர் தலை உலகம்"

என்ற புறப்பாட்டால் இனிதுணரப்படும். இத்தகைய மன்னற்கு மதிநலம் வாய்ந்த மந்திரத் தலைவர் உற்ற துணையாக நின்று உதவி புரிவர். கலைபயில் தெளிவும், கட்டுரை வன்மையும் அரசரைச் சார்ந்தொழுகும் அமைச்சருக்கு இன்றியமையாதனவாகும். வினைப் பயனாலும் விபரீத உணர்வினாலும் அமைச்சன் கூறும் அறிவுரையை அரசன் ஏற்றுக்கொள்ளாது முனிந்த போதும், உலையாது நின்று உறுதி உரைத்தல் அமைச்சர் கடன் என்பது,

“அறிகொன்று அறியான் எனினும் உறுதி
உழையிருந்தான் கூறல் கடன்”

என்னும் தமிழ் மறையால் இனிது விளங்கும். அரசன் தானும் அறியானாய், அறிந்து சொல்லும் அறிஞர் உரையையும் ஏற்றுக் கொள்ளானாய் அமைந்தபோதும் உறுதியை அஞ்சாது எடுத்துரைத்தல் அமைச்சர் கடன் என்பது இதனால் அறியப்படுகின்றது. இக் கருத்தைக் கம்பர் போற்றியுரைக்கும் பான்மை புதியதோர் இன்பம் அளிப்பதாகும்.
பன்னெடுங்காலம் அயோத்தி மன்னனை நன்னெறியிற் செலுத்திய அமைச்சரது தன்மையைக் கூறப் போந்த கவிஞர்,

"தம்முயிர்க் குறுதி எண்ணார்
தலைமகன் வெகுண்ட போதும்
வெம்மையைத் தாங்கி நீதி
விடாது நின் றுரைக்கும் வீரர்
செம்மையில் திறம்பல் செல்லாத்
தேற்றத்தார் தெரியும் காலம்
மும்மையும் உணர வல்லார்
ஒருமையே மொழியும் நீரார்"

என்று பொதுமறைக் கருத்திற்குப் புதியதோர் அழகு தந்தருளினார். வெம்மை சான்ற வேந்தர் வெகுண்ட போது தாமும் எதிர் வெகுண்டு எடுத்த கருமத்தைச் சிதையாது அவ்வெம்மையைப் பொறுத்தல், அமைச் சர்க்குரிய அருங்குணமாம். ஆயினும் அமர்க்களத்தில் மாற்றார் வெம்மையைக்கண்டு அஞ்சித் தளர்வுறாத அருந்திறல் வீரரைப் போலவே, அறிஞராய அமைச் சரும் அவைக்களத்தில் அரசன் சீற்றங் கண்டு சிறிதும் தளர்வுறார். இங்ஙனம் உறுதியை அஞ்சாமல் எடுத்துரைக்க வல்ல அமைச்சரையும் அறிஞரையும் துணைக்கொண்ட அரசருக்கு எஞ்ஞான்றும் கேடில்லை என்று அறநூல் கூறும்.

"இடிக்கும் துணையாரை ஆள்வாரை யாரே
கெடுக்கும் தகைமை யவர்"

என்றும்,

"இடிப்பாரை யில்லாத ஏமராமன்னன்
கெடுப்பார் இலானுங் கெடும்"

என்றும் தமிழ்மறை கட்டுரை கூறுகின்றது. புன் னெறியிற் செல்லும் அரசனை இடித்துரைத்துத் திருத்தி நன்னெறியிற் செலுத்தும் அமைச்சரை யாளும் அரசர்க்குக் கேடில்லை என்றும், அவ்வாறு இடித் துரைக்கும் அறிஞரைத் துணைக் கொள்ளாத அரசன் நெறியல்லா நெறிச் சென்று கெடுதல் ஒருதலை என்றும் தமிழ் மறையருளிய திருவள்ளுவர் கருதுகின்றார்.

ஆயினும், பருந்தின் வழிச் செல்லும் நிழல் போல் அரசனது கருத்தின் வழிச்சென்று செல்வமும் சிறப்பும் எய்தி வாழக் கருதும் அமைச்சரும் இவ்வுலகில் உண்டு. அரசன் சீற்றத்திற்கு அஞ்சி, மறுத்துரைக்கும் மாற்றம் அறியாது, அடிமைத் திறம் வாய்ந்து வாழும் அமைச்சர் பலராவர். இத்தகையவரே இலங்கை மன்னன் அமைச்சராக அமைந்திருந்தார்கள் என்றும். அதனாலேயே இலங்கை வேந்தன் சிறுநெறி சேர்ந்து சீரழிந்தான் என்றும் சீதையின் வாயிலாகக் கூறுகின்றார் கம்பர். பிறர் மனை நயந்த பேதையாய மன்னனுக்கு அறநூல் முறையை இடித்துரைக்கும் அமைச்சரும் அறிஞரும் இலங்கை மாநகரில் இல்லாத குறையை நினைத்து மனங்குழைந்த சீதை, நஞ்சினும் கொடியனாய இலங்கை நாதனை நோக்கி,

"கடிக்கும்வல் லரவும் கேட்கும்
மந்திரம் களிக்கின் றோயை
அடுக்கும்ஈது அடாதென்று ஆன்ற
ஏதுவோடு அறிவு காட்டி
இடிக்குநர் இல்லை உள்ளார்
எண்ணிய தெண்ணி உன்னை
முடிக்குநர் என்ற போது
முடிவன்றி முடிவ துண்டோ "

என்று இடித்துரைத்தாள்.

"நஞ்சுடைய கொடிய நாகமும் நிறைமொழியாளரது மறைமொழி ஆணையில் அடங்கி நிற்கும்; ஆனால், கள்ளுண்டு களிக்கும் காவலனாய உனக்கு அறநெறியை அறிவுறுத்தும் அமைச்சர்கள் ஈங்கில்லை; உன்னைச் சூழ்ந்துள்ள அமைச்சர், நீ எண்ணியவாறே எண்ணிக் கேடு சூழ்கின்றார்கள். இத்தகைய அமைச்சரைத் துணையாகக் கொண்ட உனக்கு அழிவு வரும் என்பதில் ஐயமொன்றுண்டோ!' என்று கம்பர் அருளிய சொற்களில் திருவள்ளுவனார் ஓதிய சொல்லும் பொருளும் தெளிவுற இலங்கக் காணலாம்.

அடிமை மனமுடைய அமைச்சரைத் துணைக் கொண்ட அரசர், சிலகாலம் செம்மாந்து வாழ்வரேனும், இறுதியில் சிதைந்து ஒழிவது திண்ணம். குளிர்ந்து கொல்லும் அமைச்சர் கொற்றவர்க்கு உற்ற பகைவர். வாளால் அறுத்துப் புண்ணை ஆற்றும் மருத்துவர் போன்ற மந்திரத் தலைவர் மன்னர்க்கு இருமையும் நன்மை பயப்பர். மன்னனை நல்வழிப்படுத்தும் நன்னோக்கத்துடன் அமைச்சர் கூறும் உரையை ஆர்வத்தோடு ஏற்று ஆராய்ந்து தெளியும் அரசனே உலகனைத்தையும் ஒரு குடைக் கீழ் ஆளும் தகுதி வாய்ந்தவன் என்று தமிழ் மறை கூறுகின்றது.

"செவிகைப்பச் சொற்பொறுக்கும் பண்புடை வேந்தன்
கவிகைக்கீழ்த் தங்கும் உலகு "

என்பது வள்ளுவர் வாக்கு. அமைச்சர் இடித்துரைக்கும் மொழிகளைப் பயன் நோக்கிப் பொறுக்கும் பண்பு வாய்ந்த அரசன் பார் முழுதும் ஆள்வான் என்று நாயனார் நன்கு எடுத்துரைத்தார். ஆகவே, ஆராய்ந்து தெளியும் அறிவும், அஞ்சாது எடுத்துரைக்கும் ஆற்ற லும் அமைச்சர்க்குரிய அருங் குணங்களாம் என்பதும், அக்குணங்கள் வாய்ந்த அமைச்சரைத் துணைக் கொண்டு ஆளும் அரசன், செந்நெறியிற் சென்று இம்மையும் மறுமையும் இன்பமடைவான் என்பதும் இனிது விளங்கும்.

அறம் விளையும் திருநகராக விளங்கிய அயோத்தியில் அமைந்த அமைச்சும், வீரம் விளையும் வியனகராக விளங்கிய இலங்கையில் அமைந்த அமைச்சும் அடிப்படையான வேறுபாடுடையன என்பது அறியத் தக்கதாகும். அயோத்தியரசின் அங்கமாயமைந்த மந்திர சபையையும், இலங்கை யரசின் அங்கமாய் அமைந்த அமைச்சர் சபையையும் சீர்தூக்கி நோக்கு வார்க்கு இவ்வுண்மை நன்கு புலப்படும். கோசல நாட்டுக் கொற்றவர்க்கு உற்ற துணைவராக அமைந்த சுமந்தரன் முதலிய மந்திரத் தலைவரையும், இலங்கை வேந்தர்க்கு அமைச்சராக அமைந்த மகோதரன் முதலிய மந்திரத் தலைவரையும் ஒப்பிட்டு

நோக்கினால் நல்லரசின் தன்மையும் வல்லரசின் தன்மையும் நன்கு விளங்கும். நல்லவும் தீயவும் நாடி, நாயகற்கு எல்லையில் மருத்துவன் இயல்பின்' அமைந்த அமைச்சர், அயோத்தி அரசனது மந்திர சபையில் நிறைந்திருந் தார்கள். அடுக்கும் நெறி இது, அடாத நெறி இது என்று அறிவுறுத்தும் மதுகையற்ற அமைச்சர் இலங்கை அரசனுடைய மந்திர சபையில் இருந்தார்கள்.

இலங்கையமைச்சின் இயல்பினை அறிவதற்கு ஒரு சான்று போதியதாகும். இலங்கை மாநகரில் அநுமன் நெருப்பை வைத்துச் சென்ற செயலை நினைத்து நெஞ்சம் புழுங்கிய இராவணன், மகோதரன் முதலிய மந்திரத் தலைவர் நிறைந்த சபையில், குரங்கினால் தன் கொற்றம் குழைந்தது என்று கொதித்துக் கூறுவானாயினன். மன்னவன் மனத்தில் அமைந்த கோபத்தையும் வேகத்தையும் நன்றாக அறிந்த மகோதரன் என்ற அமைச்சன் எரியுமிழும் கண்களோடு. எழுந்து நின்று, வெள்ளியங்கிரி யசைத்த வீரன் புயவலியைப் புகழ்ந்து, சுள்ளியில் உறையும் குரங்கின் தோள் வலியை எள்ளி நகைத்துக் கூறும் மொழிகள் குறிப்பிடத் தக்கனவாம்.

"இடுக்கிவண் இயம்புவ தில்லை ஈண்டெனை
விடுக்குவை யாமெனில் குரங்கை வேரறுத்து
ஒடுக்கரும் மனிசரை உயிருண்டு உன்பகை
முடிக்குவன் யானென முடியக் கூறினான்."

கண்ணெரி சிதற அண்ணலை நோக்கி, "ஐயனே, இன்னே என்னை விடுவையாயின், குறும்பிழைத்த குரங்கைக் கொன்று, ஏவிய மானிடரின் உயிருண்டு உன் பகை முடிப்பேன்" என்று மகோதரன் வீரமொழி வழங்கினான். இவ்வாறு அவன் கூறி முடித்த பின்னர் வச்சிரதந்தனும், துன்முகனும், பெரும்பக்கனும், பிசாசனும், பிறரும் ஒருவரோடு ஒருவர் இகலி வீரம் பேசினர். அறிஞனாய வீடணன் ஒருவனே, இலங்கை நாதன் கருத்துக்கு மாறாகச் சில மாற்றம் உரைக்கத் துணிந்தான் ; தன் வலியும் மாற்றார் வலியும் உணராது தருக்கி நின்ற தமையனை, 'எந்தையும்

நீயே, தாயும் நீயே, தமையனும் நீயே, தெய்வமும் நீயே' என்று போற்றிப் புகழ்ந்து, "ஐயனே! கருங்கடல் சூழ்ந்த இலங்கைமா நகரை ஒரு குரங்கு எரித்தது...என்று கருதுதல் பொருந்துமா? சிறையிருந்த செல்வியின் கற்புத் தீயாலன்றோ இலங்கை மாநகரும், நின் இணை யற்ற கொற்றமும் சிதைந்தன!" என்று உண்மையை எடுத்துரைத்து, அரக்கர்கோன் சீற்றத்திற்கு ஆளாயினன். இடித்துரைத்த தம்பியை இராவணன் இகழ்ந்து இலங்கையினின்றும் அகற்றினான். இலங்கை அறிஞன் பிரிந்த பின்பு மனமொத்த மந்திரத் தலைவரைத் துணைக்கொண்டு மறக்கள வேள்வி முயன்று இலங்கேசன் முடியலுற்றான்.

7. வாரணம் பொருத மார்பன்

வானவரையும் தானவரையும் வென்று இலங்கை வேந்தன் மூவுலகும் வணங்கும் முடி மன்னனாக அமைந்தான்; எண் திசைப் பாலரையும், தென் திசைக் கோமானையும் வென்று வீரகேசரியாக விளங்கினான்; இன்னும் உலகினைத் தாங்கும் உரம் வாய்ந்த வேழங் களை எதிர்த்து அவற்றின் வலிய கொம்புகளை உதிர்த் தான். இலங்கை வேந்தனும் வேழமும் வெம்போர் புரிந்த விதத்தினை.

"தோடுழு தண் தார் வண்டும் திசையானை
மதந்துதைந்த வண்டும் சுற்றி
மாடுழுத நறுங்கலவை வயக்களிற்றின்
சிந்துரத்தை மாறு கொள்ளக்
கோடுழுத மார்பானை, கொலையுழுத
வடிவேலின் கொற்ற மஞ்சித்
தாள்தொழுத பகைவேந்தர்
முடியுழுத தழும்பிருந்த சரணத் தானை"

என்று நிறைந்த மொழிகளால் கம்பர் புகழ்ந்துரைத்தார். வேந்தனும் வேழமும் வெம்போர் புரிந்த பொழுது மன்னன் மார்பில் இலங்கிய மாலை மலர்களில் மது உண்டு களித்த வண்டுகள் வேழத்தின் மதமுண்டு இறுமாந்த வண்டுகளோடு இகல் விளைத்தன. இன்னும், வேழத்தின் மத்தகம் வேந்தன் மார்பில் அழுந்திய பொழுது அம்மார்பில் இலங்கிய கலவைச் சாந்தம் களிற்றின் நெற்றியிலும், மத்தகத்திலிட்ட சிந்தூரத் திலகம் மன்னன் மார்பிலும் மாறிப் பதிந்தன. மன்னன் மார்பைப் பிளக்கக் கருதி இடித்த வேழத்தின் வலிய கொம்புகள், அரக்கர் கோனது உரத்த மார்பை ஊடுருவிச் செல்ல வலியற்று ஒடிந்து பொடியாக உதிர்ந்தன. வேழத்தின்

கொம்பால் விளைந்த வடுக்களில் பொன்னும் மணியும் இழைத்து இலங்கேசன் போற்றினான் என்று அவன் வரலாறு கூறுகின்றது.

இங்ஙனம் உரத்த மார்பினனாகிய இலங்கேசனது தோளாண்மையும் இணையற்றதாக விளங்கிற்று. விண்ணிலே விரைந்து சென்ற தன் விமானத்தைத் தடுத்த வெள்ளிமா மலையைக் கண்ட வேந்தன் வெகுண்டு, அஃது ஈசன் உறையும் இருங்குன்றம் என்றும் எண்ணாது, அம்மலையைத் தன் புயவலியால் பெயர்த் தசைத்தான். அப்பொழுது அம்மலையில் வாழ்ந்த முனிவரும் சித்தரும் அசலம் தன் இயல் பழிந்து அசையக் கண்டு அஞ்சினார்கள். இறைவன் பாகத்திலமர்ந்த மங்கையும் நடுங்கித் தலைவனைப் பற்றிக் கொண்டாள். இங்ஙனம் மலையில் வாழும் மாதவத்தோரெல்லாம் மயங்கக் கண்ட மாதொரு பாகன், தன் சேவடிக் கொழுந்தாலூன்றி மலையை மீண்டும் நிலை நிறுத்தினன். ஆயினும் வெள்ளிமா மலையைப் பெயர்த் தசைத்த வீரன் பெருமை மூவுல கினும் பரவிற்று; இராவணன் சபையிலமர்ந்த இசை வல்லார் வேழத்தின் மருப்பொசித்து, வெள்ளி மாமலை எடுத்த வீரன் பெருமையை இசைக் கருவிகளில் ஏற்றிப் பாடினார்கள்.

செயற்கரிய செய்த இலங்கேசன் பெருமையை நினைத்தும் பேசியும் அவன் உற்றார் உறவினர் அனைவரும் இறுமாப்புற்றனர். ஓவியத்திலெழுதவொண்ணா உருவமைந்த இராமனைக் கண்டு காமுற்று, இயற்கையுருக்கரந்து இன்னுருவம் புனைந்து வந்த அரக்கி யாகிய சூர்ப்பநகையை நோக்கி, "மாதே! நீயார்?" என்று இராமன் வினவிய பொழுது,

'.....................திக்கின்
மாவெலாம் தொலைத்து
வெள்ளிமலை யெடுத்து உலகம் மூன்றும்
காவலான் பின்னை, காமவல்லியாம் கன்னி'

என்று அம்மங்கை தன்னை அறிவிப்பாளாயினள். இன்னும், இளைய வீரன் வாளால் மூக்கிழந்து, மானமழிந்த மங்கை, துயர் பொறுக்கலாற்றாது அலறும் பொழுது, "அரனிருந்த மலையெடுத்த அண்ணாவோ! அண்ணாவோ!" என்றும்,

"திசையானை விசைகலங்கச்
செருச்செய்து மருப்பொசித்த
இசையாலே நிறைந்தபுயத்து
இராவணவோ! இராவணவோ!"

என்றும் தமையனது பெருமையைப் பன்னித் தன் குறையை முறையிட்டாள்.

இலங்கை மாநகரில் முதல் நாள் நிகழ்ந்த நெடும் போரில் அநுமனும் அரக்கர் கோமானும் அரும்போர் விளைத்தார்கள். அடல் ஏறு போன்ற அரக்கர் தலைவனை நோக்கிய அநுமன், ‘‘ஐயோ! வில்லாயுத முதலாகிய வெம்படைகளெல்லாம் பயின்றாய்; இருபது புயங்க ளோடியைந்தாய்; ஆயினும், உன் வாளாண்மையும் தோளாண்மையும் என் கையின் ஒரு குத்தால் துடைத்து ஒழிப்பேன்; பின்னும் நீ இறவா திருப்பின் உன் இருபது கரங்களாலும் என்னைக் குத்துவாய்’’ என்று வீரமொழி பகர்ந்தான். இலங்கை வேந்தனும் குத்துப்போருக்கு இசையவே, வலிமையின் வரம்பு கண்ட மாருதி, தன் வயிரக் கரத்தால் அரக்கனது அகன்ற மார்பில் குத்தினான். அநுமன் குத்துக்கு ஆற்றாத அரக்கர்கோன் சண்ட மாருதத்தில் அகப்பட்ட மரம் போல் சலித்தான். அது கண்ட வானவர் வியந்து, அநுமன் மீது மலர்மாரி சொரிந்து ஆர்த்தார்கள். அரக்கர், தம் தலைவன் நிலைகண்டு தளர்ந்து வேர்த்தார்கள். ஆயினும் சிறிது பொழுதில் இலங்கை மன்னன் சிந்தை தெளிந்து அநுமனை அமர்ந்து நோக்கி, "ஐயனே, வலிமை என்பதும் இவ்வுலகில் உளது. அஃது உன்பாலே அமைந்துள்ளது. அடலமைந்த உனது ஆண்மையை நோக்க ஏனைய வீரரெல்லாம் அலிகளே யாவர். மலரோனது சாப வலியாலும் சலியாத என்னை உன் கைவலியால் மெலிய வைத்தாய். நீயே என்னை வென்றாய்" என்று தனது

எளிமையைக் கரவாது எடுத்துரைத்தான். ஆகவே, மும்மத வேழத்திற்கும் இளையாத வேந்தன் மார்பு, அநுமன் கரத்திற்கு எளிதாயிற்று. வாரணத்தின் கொம்புகளுக்குக் கிளையாத மார்பு, வானர வீரன் கரத்திற்கு இளைத்துச் சலித்தது.

பின்பு, அமர்க்களத்தில் இலங்கை மன்னனும் இலக்குவனும் எதிர்ப்பட்டார்கள். வில்லெடுக்க உரியார் இருவரும், காலனும் கலங்குமாறு நெடும் பொழுது கடும்போர் விளைவித்தார்கள். இளைய வீரனை வில்லினால் வெல்ல இயலாதென்றறிந்த இலங்கையர்கோன், மலரோன் அளித்த மந்திர வேலை வேகமாகச் சுழற்றி விடுத்தான். அவ்வேல் மாறாக வந்த அம்புகளை நீறாக்கி வெம்மையோடும் வேகத்தோடும் இளையவீரன் மார்பிற் பாய்ந்தது. வேலின் வெம்மைக் காற்றாது இலக்குவன் மயங்கிச் சாய்ந்தான். இளையோன் இளைத்தானே யல்லால் இறந்தானல்லன் என்றறிந்த இராவணன் அவனை இலங்கையினுள்ளே எடுத்துச் செல்லத் துணிந்து இருபது கரங்களாலும் அள்ளலுற்றான். ஆயினும், வெள்ளிமா மலையெடுத்த வீரத்தோள்கள், பொன் மலை போல் விளங்கிய இளைய வீரனை எடுக்க மிடுக்கிலாதவாயின. இவ்வாறு அரக்கர்கோன் எடுக்க முயன்றதை அறிந்த அநுமன் விரைந்து போந்து, இலக்குவனை எடுத்தணைத்து, மகவுகொண்டு மரம்புகும் மந்தி போல் இராமன்பால் விரைந்தோடினான். இறைவனது அரும் பெருங் குன்றையும் அசைக்க வல்ல அரக்கர் கோமான், இளையோன் உடலை எடுக்க இயலாது நின்ற எளிமையையும், அதனை எளிதாக எடுத்துச் சென்ற அநுமன் பெருமையையும்,

"எடுக்க லுற்றவன் மேனியை
ஏந்துதற் கேற்ற
மிடுக்கி லாமையின் இராவணன்
வெய்துயிர்ப் புற்றான்
இடுக்கி னின்ற அம் மாருதி
புகுந்தெடுத் தேந்தித்

தடுக்கி லாததோர் விசையினன்
எழுந்தயல் சார்ந்தான்"

என்னும் இன்கவியால் கவிஞர் நன்கெடுத்து இசைத்தார். ஆகவே வரையினை யெடுத்த வலிய தோளாண்மை, முதல் நாள் நிகழ்ந்த அரும்போரில் எளிமையெய்திப் பெருமை குன்றி நின்றது.

இங்ஙனம் வாரணம் பொருத மார்பும், வரையினை எடுத்த தோளும் மாற்றார் வீரத்திற் காற்றாதொழிந்த மானத்தால், கவிழ்ந்த தலையோடும் குவிந்த முகத் தோடும் இராவணன் இலங்கைமா நகரை நோக்கிச் சென்றான். எத்திசையும் நோக்காது, எவருடனும் பேசாது, மண்மகளையே நோக்கிச் சென்ற மன்னன் எளிமை,

"வாரணம் பொருத மார்பும்
வரையினை எடுத்த தோளும்
நாரத முனிவற் கேற்ப
நயம்பட உரைத்த நாவும்
தாரணி மௌலி பத்தும்
சங்கரன் கொடுத்த வாளும்
வீரமும் களத்தே போட்டு
வெறுங்கையோடு இலங்கை புக்கான்"

என்னும் கவியால் இனிது விளங்குவதாகும். அன்று நிகழ்ந்த அரும்போரில் வேழத்தை வென்ற வீரமார்பம் வானர வீரனது கைவலிமைக் காற்றாது தளரவும், வரையினை எடுத்த வயிரத் தோள்கள் இளைய வீரனது உடம்பை எடுக்க வலியற்று வருந்தவும் மானத்தால் மனம் இடிந்து நடந்த மன்னவன் கோலம் கம்பர் கவிதையிலே படமெடுத்துக் காட்டப்படுகின்றது.

8. மான வீரன்

இலங்கை வேந்தனின் தம்பியாய்த் திகழ்ந்த கும்பகர்ணன் வலிமை சான்ற பெருவீரனாக விளங்கினான். குரைகழலணிந்த கும்பகர்ணனைக் கண்டு கூற்றுவனும் குலைந்து நடுங்கினான்; அமரர் அஞ்சி அயர்ந்தார்கள். கடுங்காற்றையும் கொடுங்கனலையும் பிழிந்து சாறு கொள்ளும் பெற்றி வாய்ந்த கும்ப கர்ணன் பெருமையை,

"ஊனுயர்ந்த உரத்தினான்
மேனிமிர்ந்த மிடுக்கினான்
தானுயர்ந்த தவத்தினான்
வானுயர்ந்த வரத்தினான்."

என்று கம்பர் இனிதெடுத்துரைத்தார். இவ் வீரன் நீலகண்டனருளாற் பெற்ற சூலத்தின் வலியால் காலனுக்கும் காலனாக அமைந்தான்.

இத்தகைய வீரன் தேவர் இழைத்த மாயத்தால் வாழ்நாளை வறிதே கழிப்பானாயினான். நீரிலும் நெருப்பிலும் நின்று நெடுந்தவஞ் செய்த கும்பகர்ணன் நிலைகண்டு நெஞ்சம் தளர்ந்த தேவர், அயனிடம் சென்று தம் அச்சத்தை அறிவித்தார்கள். அமரர் அச்சந் தீர்க்கப் போந்த அயன் ஏவலால், கலைமகள், கும்பகர்ணன் நாவில் நின்று அவன் ஊக்கமாகக் கேட்ட வரத்தைத் தூக்கமாக மாற்றினாள். இவ்வாறு வானோரிழைத்த வஞ்சனையால் வலிமையும் இளமை யும் வறிதாக உறங்கி வாழ்ந்த வீரனை நோக்கி,

"மறங்கிளர் உலகைவென்று
வாழ்ந்திலை மண்ணின்மேலா
இறங்கிலை இன்றுகாறும்

இளமையும் வறிதேபோக
உறங்கினை என்பதல்லால்
உற்றதொன் றுளதோ "

என்று வீடணன் இரங்கிக் கூறும் மொழிகள் சோகம் வாய்ந்தனவாம். உலகெலாம் கலக்கி வெல்லுதற்குரிய உயரிய வீரன் ஒருவன் உறக்கத்தில் அயர்ந்து கிடக்கும் நிலை இரக்கத்திற்குரிய தன்றோ?

கும்பகர்ணன் அறத்தாறுணர்ந்த அறிஞனாகவும் அமைந்தான். அயோத்தி மன்னன் மனைவியைக் கவர்ந்து சிறை வைத்த அரசன் செயல் அடாதென்று அவன் அறிவுறுத்தும் திறம் அழகு வாய்ந்ததாகும். இலங்கைமா நகரம் எரியினுக்கு இரையாயிற்றென்று ஏங்கி வருந்திய இராவணனை நோக்கி, "ஐயனே, அரசியல் சிதைந்ததென்று அலமருகின்றாய்; அழகிய நகரம் அழிந்ததென்று வருந்துகின்றாய். அயோத்தி மன்னன் மனைவியை நயந்து அம்மங்கையை அசோக வனத்தில் நீ சிறைவைத்த செயல் நீதியோ, முறையோ இதனினும் பெரும்பழி இவ்வுலகில் உண்டோ?" என்று கும்பகர்ணன் கூறும் நீதியுரை சால இனியதாகும். அறமே உலகில் வெல்லும் என்றும், மறம் எஞ்ஞான்றும் மாண்டு ஒழியுமென்றும் அவ்வீரன் உறுதியாகக் கருதினான். கற்புடைய மங்கையின் கண்ணீரே இலங்கைக் காவலன் ஆக்கத்தை அறுக்கும் படை என்றறிந்த அவ் வீரன், நெடுந்துயில் நீத்து எழுந்தபோது,

"ஆனதோ வெஞ்சமம் அலகில் கற்புடைச்
சானகி துயரினம் தவிர்ந்த தில்லையோ
வானமும் வையமும் வளர்ந்த வான்புகழ்
போனதோ புகுந்ததோ பொன்றுங் காலமே "

என்று பேசிய மொழிகளில், அறநெறி பிழைத்தவர் அழிவர் என்னும் கருத்து, அழகுற இலங்குகின்றது. மாசற்ற கற்பு வாய்ந்த மங்கையின் துயரால் அரக்கர் கோன் அரும்புகழ் அழியுமென்றும், அவன் ஆவிபிரியு மென்றும் கும்பகர்ணன்

அறிவிலே தோன்றின. மாற்றரசன் தேவியை விடுத்து ஆவியைக் காக்குமாறு தமையனை அவன் வேண்டினான் ; இலங்கை வேந்தன் அவ்வுரையைக் கொள்ளாது தள்ளிய போது தன்னை ஆதரித்து வளர்த்த தமையனுக்காக அமர் புரிந்து ஆவி துறக்கத் துணிந்தான். தீநெறியில் தலைப்பட்ட தலைவனைத் தடுத்துத் திருத்த முயல்வது அவனைச் சார்ந்த அன்பர் கடனென்றும், அவ்வாறு திருத்த இயலாதாயின் அவன் பொருட்டு அமர் புரிந்து ஆவி துறத்தலே அறநெறி யென்றும் அவ்வீரன் கருதினான். செஞ்சோற்றுக் கடன் கழிக்குமாறு அமர்க்களம் போந்த வீரக் கும்பகர்ணனது மனப்பான்மையை வியந்து இராமன், அவ் வீரனைத் தன்னோடு சேர்த்துக் கொள்ள விரும்பினான். ஆயினும், நன்றி மறவாத வீரன், தமையனைத் துறந்து பகைவரைச் சேர்ந்து வாழ இறையளவும் இசைந்தானல்லன். அஞ்சா நெஞ்சு படைத்த கும்பகர்ணன், பிறர் செய்த நன்றியைப் பொன்போற் போற்றும் பெற்றி வாய்ந்தவன்; தினைத் துணை நன்றியையும் பனைத் துணையாகக் கொள்ளும் பண்புடையவன் ; காலத்திற் செய்த நன்றியை ஞாலத்திலும் பெரிதாகக் கருதும் நல்லறிஞன்.

"எந்நன்றி கொன்றார்க்கும் உய்வுண்டாம் உய்வில்லை
செய்ந்நன்றி கொன்ற மகற்கு "

என்று நாயனார் அருளிய உண்மைக்கு நல்லதோர் சான்றாயமைந்தவன். அறநெறி துறந்த அரக்கர் கோனைக் கைவிட்டு, இருமையுந் தரும் பெருமானாகிய இராமனைச் சேர்ந்து வாழ்தலே ஏற்றதாகும் என்று எடுத்துரைத்த விபீடணனை நோக்கிக் கும்பகர்ணன் கூறும் மொழிகள் எஞ்ஞான்றும் அழியாத அழகு வாய்ந்தனவாம், தாரை தாரையாய்க் கண்ணீர் வடித்து எதிரே நின்ற தம்பியை நோக்கி, " ஐய! நிலை யற்றதாய இவ்வுலக வாழ்வை விரும்பி இராவணன் செய்த பெருநன்றியை மறப்பேனோ? பன்னாள் போற்றி வளர்த்துப் போர்க்கோலம் புனைந்தனுப்பிய மன்னனைத் துறந்து மாற்றாருடன் சேர்வேனோ? மலரோன் வரத்தால் நீ மாயா வரம் பெற்றாய். உன் செயல் உனக்குத்

தக்கதேயாம், புலையுறு மரணம் எய்தலே எனக்குப் புகழாகும். அரணமைந்த இலங்கையின் அளவிறந்த செல்வத்தை விரும்பி, தன் தமையனைக் கொல்ல வந்த பகைவனை வாழ்த்தி அவன் அடிபணிந்து வாழ் வேனோ ?"

"செம்பிட்டுச் செய்த இஞ்சித்
திருநகர்ச் செல்வந் தேறி
வம்பிட்ட தெரியல் எம்முன்
உயிர்கொண்ட பகையை வாழ்த்தி
அம்பிட்டுத் துன்னங் கொண்ட
புண்ணுடை நெஞ்சோடு ஐய
கும்பிட்டு வாழ்கிலேன் யான்
கூற்றையும் ஆடல் கொண்டேன் "

என்று கும்பகர்ணன் கூறும் மொழிகளில் மான வீரம் மணக்கின்றது.

இத்தகைய கொற்றம் வாய்ந்த கும்பகர்ணன் தன் தமையன்பால் வைத்திருந்த தலையாய அன்பின் திறம் உள்ளத்தை உருக்குவதாகும். போர்க்கோலம் புனைந்து வெளியே புறப்பட்ட கும்பகர்ணன், இலங்கை வேந்தனது அடிபணிந்து எழுந்து, 'ஐயனே இன்று நிகழும் பெரும் போரில் யான் வென்று வருவேன் என்று தோன்றவில்லை; விதியானது பிடர்ப்பிடித்துத் தள்ளுகின்றது. யான் இறந்த பின்னாகிலும் சீதையை விடுதல் உனக்கு நன்றாகும். கொற்றவ! இதுகாறும் நான் செய்த குற்றங்களைப் பொறுப்பாயாக. இனி நான் உன் திருமுகத்தைப் பாரேன் ; போர்க் களம் செல்ல விடை பெறுகின்றேன்" என்று பணிந்து வணங்கிச் சென்றான். அரக்கர் அனைவரும் இரங்கி ஏங்கினர். குன்றினும் வலிய கும்பகர்ணன் போர்க்களம் குறுகினான். இவ்வாறு இலங்கை வேந்தனிடம் இறுதியாக விடைபெற்றுச் சென்ற கும்பகர்ணன் வாய்மொழியில் பாசத்தின் திறம் பண்புற இலங்குகிற தன்றோ?

இலங்கையில் நிகழ்ந்த பெரும்போரில் அரக்கர் குலம் அனைத்தும் அடியோடு அழியுமென்று கும்பகர்ணன் ஐயமற அறிந்திருந்தான். இராமனைச் சரணடைந்த தம்பி ஒருவனே இறவாது வாழ்வானென்றும், அரக்கர் குலத்தவர்க்கு நீர்க்கடன் முடித்தற்கு அவன் ஒருவனே நிலைப்பானென்றும், அவனாலேயே புலத்தியன் மரபு மாயாப் பெருமை எய்துமென்றும் கும்பகர்ணன் மனத்தில் தெளிவாகத் தோன்றின. ஆகவே, தன்னை ஆதரித்து வளர்த்த தமையனுக்காக ஆவிதுறத்தலே கடனென்று கருதி அஞ்சாநெஞ்சோடு அவன் அமர் புரிந்தான்; அமர்க்களத்தில் அநுமன் தோள்களில் ஏறிவந்த இலக்குவனைக் கண்ணுற்றான். தன் தங்கையின் மூக்கரிந்த வீரனைக் கண்டபோது அரக்கன் மனம் மானத்தாற் கொதித்தது. எதிரே நின்ற இலக்குவனை நோக்கி, “ ஐய! எமது குலக்கொடி என்ன பிழை செய்தாள்? குற்றமற்ற மங்கையின் நாசியைக் கொய்து அவள் கூந்தலைத் தொட்டு இழுத்த உனது கொடுங்கையை இப்பொழுதே அறுத் தெறிவேன்” என்று வீரமொழி வழங்கி அவ்வீரன் மீது அம்புதொடுத்தான். இவ்வாறு அமர் தொடங்கிய மானவீரன் நெடும் பொழுது கடும்போர் விளைத்து மாற்றார் படையைக் கலக்கி நிற்கையில் அவ்வீரன் மூக்கினை வானரத் தலைவனான சுக்ரீவன் கடித்தெடுத்துச் சென்றான். மூக்கிழந்த முகத்தை வானோர் கண்டு நகுவரென்று கும்பகர்ணன் நினைந்து மனம் புழுங்கினான். அந்நிலையில் தன்னெதிரே வந்த இராமனை நோக்கி; "ஐயனே! உன்னிடம் யான் ஒன்று வேண்டுகின்றேன். மூக்கில்லா முகம் என்று முனிவர்களும் அமரர்களும் என்னை நோக்கி ஏளனம் செய்வர். அவ்வாறு செய்ய இடமின்றி என் கழுத்தை உன் கணையால் அரிந்து கருங்கடலுள் ஆழ்த்தி விடவேண்டும். இதுவே, உன்பால் நான் விரும்புகின்ற வரம்” என்று விநயமாக வேண்டினான். அதற்கிசைந்து இராமன் அம்பு விடுத்த பொழுது கும்பகர்ணன் அமர்க்களத்தில் ஆவி துறந்து அரும்புகழ் எய்தினான்.

உலக வாழ்வில் மானமே வீரர்க்கு அணியென்று கருதிய கும்பகர்ணன் மரணத்தின் பின்னும் மானங் காக்கக் கருதிய முறை மிக்க மாண்புடையதாகும். மலை போலுயர்ந்த மேனியும், காலனை வெல்லும் வீரமும் வாய்ந்து, நன்றியறித லென்னும் நல்லறத்தில் வழுவாது நின்று, மாற்றாரைத் தொழுது வாழ்வதினும் மாண்டொழிதல் நன்றென்னும் மான வாழ்க்கையின் மணிக்கொழுந்தாய் அமைந்து, ஆவி துறந்து அழியாப் புகழெய்திய கும்பகர்ணன் வீர வாழ்க்கை இவ்வுலகில் என்றும் வியந்து போற்றப்படும் என்பதில் ஐயமில்லை.

9. வில்லின் செல்வன்

இலங்கைநாதன் மனைவியாகத் திகழ்ந்த மண்டோ தரியின் மணிவயிற்றில் ஒரு மைந்தன் தோன்றினான். " விளையும் பயிர் முளையிலே தெரியும்" என்னும் முதுமொழிக் கிணங்க அம்மைந்தன் பிறந்த பொழுதே வெடித்த குரலோடு வீறிட்டழுதான். இடி முழக்கம் போல் அழுத குழவியின் வீரங் கண்டு இலங்கை நாதன் மனமகிழ்ந்து அவ் வீரமைந்தனுக்கு மேக நாதன் என்னும் பெயர் அமைத்தான். இளமையிலே வெம்மை சான்ற வீரக்கொழுந்தாக விளங்கிய மேகநாதனுக்கு ஏற்ற உணவருத்திச் சிறு நெருப்பைப் பெரு நெருப்பாக வளர்த்தார்கள். மண்டோதரியின் மனங்களிக்க வளர்ந்து வந்த வீரமைந்தன் விளையாட்டைக் கண்டு அரக்கர் அனைவரும் வியந்து புகழ்ந்தார்கள்.

மேகநாதன் இளமையிலேயே படைக்கலம் பயின்று வில்லாண்மையில் ஒப்பாரின்றி உயர்வுற்றான். அரக்கருக்கும் அமரருக்கும் இடையே நிகழ்ந்த அரும் போரில் இமையவர் தலைவனை மேகநாதன் வென்று, வெம்பாசத்தாற் பிணித்துச் சிறையிட்ட செய்தி மூவுலகிலும் பரவிற்று. அப்போரில் மேகநாதனது வில்லின் வன்மையைக் கண்ணுற்ற பகைவரும் வியந்து பாராட்டினார்கள்.

"சந்த வில்லி முப்புரம்
தழற்படச் சரந்தொடும்
அந்த வில்லி யும்சினத்து
அரக்கரோடு தானவர்
சிந்த வில்இ யைந்தெடுத்த
தேவர்தேவ னும்மால்

இந்தவில்லி யொக்கும் வில்லி
எங்குமில்லை இல்லையே"

என்று நான்முகன் மேகநாதனது வீரத்தை வாயாரப் புகழ்ந்தான். திரிபுரம் எரித்த விரிசடைத் தேவனும், திருமாலும் அல்லால் மேகநாதனை ஒத்த வீரன் எவ்வுலகினும் இல்லை என்று அயனே சான்று பகரும் தன்மை அறியத் தக்கதாகும். இவ்வாறு இந்திரனை வென்றமையால் மேகநாதன் "இந்திரசித்து" என்ற சிறப்புப் பெயர் பெற்றான்.

மேகநாதனது இணையற்ற வீரம் இலங்கையில் நிகழ்ந்த கடும்போரிலும் இனிது இலங்கிற்று. இலங்கை மாநகரைச் சூழ்ந்து நின்ற கருங்கடலைக் டந்து, அரக்கர்கோன் ஆதரித்து வளர்த்த அசோக வனத்தை அழித்து, அரக்கர் சேனையைச் சிதைத்து, சம்பு மாலியை வதைத்து, பஞ்ச சேனாபதியரைப் பருந்துக்கு விருந்தாக்கி, அரக்கர்கோன் மகனாகிய அக்கனைச் சாந்து போல் தரையில் அரைத்து, அஞ்சாது ஆர்ப்பரித்து நின்ற அசகாய சூரனாய அநுமனைப் பாசத்தாற் பிணித்து வென்ற பெருமை வில்லின் செல்வனாய் மேகநாதனுக்கே உரியதாகும். மலை போல் உயர்ந்த மாருதியின் மீது வெம்பாசம் வீசிய மேகநாதன் பெருமையை,

"மண் துளங்கிட மாதிரம்
துளங்கிட மதிதோய்
விண்துளங்கிட மேருவும்
துளங்கிட விட்டான்"

என்று கவிக்கு நாயகர் புகழ்ந்துரைத்தார்.

இன்னும், இராமன் சேனை இலங்கை மாநகரம் போந்து, கூற்றையும் ஆடல் கொண்ட கும்பகர்ணனைக் கொன்று, விதியாலும் வெலற்கரிய அதிகாயனை வதைத்து வீறுபெற்ற செயலைக் கேட்டபோது மேகநாதன் கண்கள் கறங்குபோல் சுழன்றன; மானத்தாற் குருதி கொதித்தது. அந்நிலையே அவன் போர்க்கோலம் புனைந்து மாற்றாரைக் கொல்லப் புறப் பட்டான். செருக்களத்தில் மேகநாதனும் இலக்குவனும்

வெம்போர் விளைத்தார்கள். எவ்வாற்றானும் இலக்குவன் சேனையை அன்றே வென்று முடிப்பதாக வஞ்சினம் கூறிப்போந்த மாயச் செல்வன், விண்ணிலே மறைந்து நின்று நாகபாசத்தை விடுத்தான். அந்நாகபாசம் இளைய வீரனையும் வானர சேனையை யும் வலியுறப் பிணித்து மண்ணிடை வீழ்த்தியது. மாற்றாரை மண்ணிடைப் படுத்த மேகநாதன், கொற்ற மங்கலம் முழங்க மன்னவன் கோயில் புகுந்தான். ஆயினும், நாகபாசத்தால் நலிந்த வான்ரசேனை கலுழன் வரவால் உயிர் பெற்றெழுந்தது.

அப்பால் அரக்கர்கோன் படைத்தலைவர் ஐவரும் மகரக் கண்ணனும் மாண்டார் என்று அறிந்த மேகநாதன் மீண்டும் போர்க்கோலம் புனைந்து மாற்றாரோடு மலைந்து மலரோன் படையை எடுத்து விடுத்தான். அப்படையின் கொடுமைக்கு ஆற்றாது இளைய வீரனும் வானர வீரரும் சாய்ந்து வீழ்ந்தார்கள். அட லேறனைய மேகநாதன் வெற்றிச் சங்கம் முழங்கி, வேந்தன் மாளிகை சேர்ந்தான். ஆயினும், மலரோன் படையால் மடிந்த சேனை மாருதி கொணர்ந்த மருந்தினால் மீண்டும் உயிர் பெற்று எழுந்தது.

இத்தகைய இணையற்ற வீரன் போர் வினயத்திலும் மிக்க சதுரனாக விளங்கினான். ஆள்வினையாலும் சூழ்வினையாலும் மாற்றாரை வெல்லும் மாண்பு மேக நாதன்பால் இனிதமைந்திருந்தது. வெல்லுதற்கரிய வீரம் வாய்ந்து விளங்கிய மாற்றாரை முடித்தற்கு மேகநாதன் ஒரு வேள்வி இயற்றக் கருதினான்; அவ் வேள்வியை மாற்றார் அறிந்து தடை செய்யாவண்ணம் அவரை ஏமாற்ற எண்ணிச் சீதைபோல் ஓர் உருவம் சமைத்து, அதனை அநுமன் கண்ணெதிரே வெட்டி யெறிந்து, அயோத்தியிலுள்ளோர் அனைவரையும் அழிப்பதாக வஞ்சினம் கூறி, அத்திசை நோக்கி எழுந்தான்; சிறிது தூரம் சென்று மீண்டும் இலங்கையிற் புகுந்து நிகும்பலையில் குறித்த வேள்வியைச் செய்யத் தொடங்கினான். சிறையிருந்த மங்கை மாண் டாள் என்றும், சீற்றம் தலைக்கொண்ட மாய அரக்கன் அயோத்தி மேல் சென்றான் என்றும் அறிந்த அநுமன், ஆற்றொணாத்

துயரத்தால் அழுது அரற்றினான்; நிகழ்ந்த செயல்களை ஐயனிடம் சென்று அறிவித்தான். இராமனும் அதனை உண்மையென்று நம்பி, ஆவி சோர்ந்து அலக்கணுற்றான்; சிறிது பொழுதில் மயக்கந் தெளிந்து சீதையால் நேர்ந்த தீமையை நினைந்து நைந்தான்; அயோத்தியில் அமர்ந்து அருந்தவம் புரியும் தாயரையும் தம்பியரையும் காக்குமாறு அநுமன் தோள்களில் ஏறிச் செல்ல எண்ணினான். அப்பொழுது அரக்க நண்பனாய விபீடணன் நிகழ்ந்த செயல்களை ஐயுற்று வண்டுருவம் கொண்டு இலங்கையினுள்ளே சென்று, நிகும்பலையில் மேகநாதன் தொடங்கிய வேள்வியையும், அசோகவனத்தில் அழியாதிருந்த சீதையின் நிலையையும் அறிந்து, வில்லின் செல்வனது சூழ்வினையை இராமனிடம் எடுத்துரைத்து நிகும்பலை வேள்வியைச் சிதைத்தான். இவ்வாறு விபீடணன் செய்யாதிருந்தால் மேகநாதன் எண்ணிய வெல்லாம் எண்ணியவாறே எய்தியிருப்பான் என்பதில் யாதும் ஐயமில்லை.

மனத்திட்பம் வாய்ந்த மேகநாதன் மானமே உயிரினும் மாண்புடையதெனக் கருதினான்; புகழே புவியினும் பெரிதென்று போற்றினான்; விண்ணையும் மண்ணையும் வென்று வீரத்தால் உலகளந்த தந்தையின் புகழை நினைக்குந்தொறும் நெஞ்சம் தழைத்தான். அத்தகைய வீரமன்னன் அரசாண்ட விழுமிய நகரில், விலங்காய ஒரு குரங்கு புகுந்து, வேந்தன் சேனையை வென்று, அவன் திருமகனான அக்கனையும் அழித்த செய்தியை அறிந்தபோது மேகநாதன் மானத் தால் மனம் கொதித்தான்; தம்பியை நினைத்துத் தாரை தாரையாகக் கண்ணீர் உகுத்தான்; கையிலமைந்த கடுஞ்சிலையை நோக்கினான்; "அந்தோ! மரக்கொம்பில் மன்னிவாழும் குரங்கினால் என் தம்பியோ இறந்தான்; என் தந்தையின் புகழன்றோ தேய்ந்தது!" என்று மனம் துடித்தான்.

இன்னும், இலங்கையில் நிகழ்ந்த அரும் போரில் அதிகாயன் இறந்துபட்ட எளிமையைக் கண்டுவானோர் நகுவரே

என்னும் மானம் மேகநாதன் உள்ளத்தை ஊடுருவிப் பிளந்தது. அவன் கண்கள் செந்தழல் போற் சிவந்தன; பல்லால் இதழைக் கடித்து விண்ணவரை நோக்கினான்; உற்றாரெல்லாம் இறந்தனரே என்று உருகி வாடினான். தம்பி இறந்த துன்பத்தாலும். மாற்றார் நகுவரென்னும் மானத்தாலும் மனம் சாம்பிய மேகநாதன் வில்லைக் கையிலேந்தி ஒரு வஞ்சினம் கூறினான்: "மருந்தனைய எம்பியின் உயிர் கவர்ந்த மாற்றானை இப்பொழுதே கொன்று காலனுக்கு விருந்தளிப்பேன். அதிகாயன் இறந்தான் என்று ஏளனம் செய்யும் அமரர் கண்ணெதிரே இவ்வாறு செய்யானா யின் நான் இராவணன் மைந்தன் அல்லேன், அல்லேன்'' என்று எல்லோரும் அறிய அவன் இடி போல் முழங்கிப் போர்க்களம் புகுந்தான்.

இலங்கையின் மீது பகைவர் படையெடுத்து வந்த பொழுது, தமையனான இலங்கை வேந்தனைத் துறந்து மாற்றாருடன் சேர்ந்த விபீடணனை மேகநாதன் மனமார வெறுத்தான்; இராவணன் செய்த நன்றியை மறந்து, இலங்கையை ஆள விரும்பி, மானம் அழிந்து மனிதர்க்கு அடிமையாகி வாழ இசைந்த சிறிய தந்தையின் சிறுமையைக் கண்டு சீற்ற முற்றான். நிகும்பலையில் நிகழ்ந்த நெடும் போரில் வில்லின் செல்வன் கண் எதிரே விபீடணன் தோன்றினான். அப்பொழுது அவ்வீரன் கூறிய மொழிகளில் விமானம் விளங்கித் திகழ்கின்றது. இலக்குவனருகே நின்ற சிறிய தந்தையை நோக்கி, "அடியவர் போல் மனிதர் பின்னே சென்று இரந்து உயிர்வாழும் ஐயனே! உலகெலாம் அடிபணியும் உயரிய நிலை வந்துற்றாலும், பழிபட வந்த வாழ்வை ஆண்மையுடைய ஆடவர் விரும்புவரோ? இலங்கை அரக்கரெல்லாம் அடியோடு மாண்ட பின்னர் எவர்க்கு அரசனாக நீ இலங்கையை ஆளப்போகிறாய்! அயலார் பலம் கொண்டு அரசாளும் வாழ்வும் ஒரு வாழ்வாகுமோ? தேவரிற் சிறந்த திருமாலை வென்று, கண்ணுதற் பெருமான் அமர்ந்தருளும் கயிலை மலையை அசைத்த என் தந்தையார் அயலார் பலம் கொண்டோ இலங்கையை ஆள்கின்றார்?

பார்ப்பனக் குலத்துக்குத் தலைவனான உன்னை அமரர் அடிபணிந்து வாழ்த்துவார். நீயோ மனிதனுக்கு அடிமையாய் இராவணன் செல்வத்தை ஆள்வாய். மானமென்பது எங்களோடு அடங்கிமாளுமன்றோ? உன் அருமைத் தங்கையின் மூக்கரிந்து உற்றார் உறவினரை எல்லாம் கொன்று குவித்துக் கூற்றுவனைக் கொழுக்க வைத்த மனிதருடன் கூடிக் குலாவி வாழும் உன் வாழ்வை மானமுடையவர் மதிப்பரோ? எழிலுறு மேனிவாய்ந்த இராவணன் போர்க்களத்தில் புழுதியே பாயலாகப் புரளும் பொழுது அண்ணன் நிலைகண்டு நீ அழுவாயோ? அன்றி மாற்றாருடன் சேர்ந்து ஆர்ப்பாயோ? யாது செய்வாய் ஐயா? இராவணன் அரசு புரிந்த இலங்காபுரியில் நீயோ அரசு வீற்றிருக்கத் தக்கவன்? அவன் ஈட்டிய அளவிறந்த செல்வத்தை நீயோ ஆளத்தக்கவன்? இப்பொழுதே உன் தலையை என் அம்பால் அறுத் தெறிவேன் என்று மேகநாதன் கொதித்துக் கூறிய மொழிகளில் வீரம் சான்ற விழுமிய மானம் விளங்கித் தோன்றுகின்றது.

ஆண்மையின் நிலையமாய் விளங்கிய இராவணனை மேகநாதன் தன் உயிரினும் அருமையாகக் காதலித்தான்; தன் உயிரைக் கொடுத்தேனும் தந்தையைக் காக்கக் கருதினான்; அத்தன்பால் வைத்த ஆராத அன்பினால் சீதையை விடுத்தேனும் அவன் ஆவி காக்க ஆசைப்பட்டான். உலகெலாம் கலக்கி வென்ற வீரனாய வில்லின் செல்வன், இலங்கை வேந்தன் முன்னே துவண்டு நின்று, “ஐயனே, இன்று நிகழ்ந்த பெரும்போரில் மாற்றார் மீது அரும் பெரும் படை களெல்லாம் தொடுத்தேன். இலக்குவன் தடுத்துவிட்டான். நான் விட்ட நெடியோன் படையாகிய நேமியும் அவ் வீரனை வணங்கிப் போவதானால் அதனினும் வலியதொன்றுண்டோ? நம் குலம் செய்த பாவத்தாலே கொடும்பகை தேடிக்கொண்டோம். எஞ்சாத வலியமைந்த பகைவர் இருவரும் நம்மைக் கொல்ல வஞ்சினம் செய்து வந்துள்ளார். உன்பால் வைத்த அன்பினால் ஒன்று சொல்லத் துணிந்தேன். மாற்றார் வலிமை கண்டு நான் அஞ்சினேன் என்று அருளல் ஆகாது. சீதைபால் வைத்த ஆசையை

விடுவாயா யின் மாற்றார் சீற்றம் தீர்வர்; நாம் செய்த தீமையும் பொறுப்பர்; நம் நகரினின்றும் நீங்குவர். உன்பால் வைத்த காதலால் இவ்வாறு உரைத்தேன்' என்று வீர நெடுங் கரங்கூப்பி வணங்கினான். இவ்வாறு உரைத்த மேகநாதன் பெருமையை,

"ஆதலால் அஞ்சினேன் என்று
அருளலை ஆசைதான் அச்
சீதைபால் விடுதியாயின்
அனையவர் சீற்றந் தீர்வர்
போதலும் புரிவர் செய்த
தீமையும் பொறுப்பர் உன்மேல்
காதலால் உரைத்தேன் என்றான்
உலகெலாம் கலக்கி வென்றான்."

என்று கம்பர் விழுமிய மொழிகளால் விளங்க வைத்தார்.

தன் கருத்தை ஏற்றுக்கொள்ள இசையாத தந்தையின் தலைவிதியை நினைந்து மேகநாதன் மனம் கரைந்து கண்ணீர்வடித்து, அவன் தாள்களில் விழுந்து வணங்கி மீண்டும் போர் புரியப் புறப்பட்டான். அன்று போரினின்றும் மீண்டுவர இயலாதென்று அவ் வீரன் மனத்தில் விளக்கமாகத் தோன்றிற்று. ஆயினும், அதைக் குறித்து அவன் அணுவளவும் அஞ்சினானல்லன்; அயர்ந்தானல்லன்; வரத்திலும் வலிமை யிலும் தலைசிறந்த தந்தை முக்கோடி வாழ்நாளும், முயன்று பெற்ற தவப்பயனும் இழந்து மாற்றார் படைக் கலத்தால் மாளப் போகின்றானே என்று எண்ணி எண்ணி மயங்கினான்; கல்லினும் திண்ணிய மனமுடைய காவலனைக் கடைக் கண்ணால் நோக்கி நோக்கிக் கண்ணீர் உகுத்து, காலனுக்கு எதிரே கலங்காது சென்றான்.

"கொடைத்தொழில் வேட்டோர்க் கெல்லாம்
கொடுத்தனன் கொடியோன் தன்னைக்
கடைக்கண்ணால் நோக்கி நோக்கி
இருகண்ணீர் கலுழப் போனான்"

என்று கம்பர் எழுதி அமைத்த இணையற்ற ஓவியம் வில்லின் செல்வனது இறுதி நிலையை இனிதுணர்த்து கின்றது.

வீர மன்னனாகிய இராவணன் மைந்தனாகப் பிறந்து, அவன் வீரத்தோள்களில் அமர்ந்துவிளையாடி, வீரமா நகரில் வளர்ந்து, வீரருடன் பழகி, வீரருள் வீரனாக விளங்கிய வில்லின் செல்வன், நிகும்பலையில் மாற்றாருடன் வீரப்போர் புரிந்து வீரமரணம் எய்தினான். இலக்குவன் அம்பினால் அறுபட்ட மேகநாதன் தலையை அங்கதன் எடுத்து வந்து இராமன் முன்னே வைத்த பொழுது, அயோத்தி அண்ணல் அவ் வீரனை அமர்ந்து நோக்கி,

"வன் தலை எடுத்து நீமுன்
வருதலால் வானரேச
என்தலை எடுக்க லானேன்
இனிக் குடை எடுப்பேன்"

என்று கூறி இறும்பூதெய்தினான் என்றால் மேகநாதன் வலிமைக்கு வேறுசான்றும் வேண்டுமோ? மேகநாதன் தலை அற்று வீழ்ந்த பின்னரே வீரனாய இராமன் தலை எடுத்தான்; விண்ணோர் தலை எடுத்தார்; மண்ணோர் தலை எடுத்தார்; வேதம் தலை எடுத்தது என்று கவிஞர் கூறும் கருத்தை நோக்குவார்க்கு மேகநாதன் பெருமை சொல்லாமலே விளங்கும்.

மேகநாதன் விழுந்த பொழுது இராவணன் விழுந்தான் என்றெண்ணி வானோர் மகிழ்ந்தார்கள். சிறையிருந்த சீதையை எய்தினாற் போலவே இராமன் சிந்தை குளிர்ந்தான். மேகநாதனை வென்ற இளைய வீரனை இராமன் இனிது நோக்கி,

"கம்ப மதத்துக் களியானைக்
காவற் சனகன் பெற்றெடுத்த
கொம்பும் என்பால் இனிவந்து
குறுகினாள் நன்றெனக் குளிர்ந்தேன்"

என்று கூறிய சொற்கள் ஆராய்தற் குரியனவாம். மேகநாதன் இறந்த பின்பு இராவணன் இறத்தல் திண்ணமென்றும், சீதையை மீட்டல் எளிதென்றும் கருதிய இராம வீரன், இனிச் சீதை வந்து குறுகுவாள் என்னாது, குறுகினாள் என்று கூறி மனம் குளிர்ந்தான்.

இத்தகைய வீரனை இழந்த இலங்கை மாநகரம் எரியில் விழுந்த மலர் போல் வெதும்பி வருந்திற் றென்று சொல்லவும் வேண்டுமோ? மகனை இழந்த மண்டோதரி மலையின் மேல் மயில் விழுந்தாற் போல் மைந்தன் மேல் மறுகி வீழ்ந்து அழுத மொழிகள் கருங் கல்லையும் கரைப்பனவாம். இவ்வாறு இலங்கைமா நகரம் குலுங்க, வில்லின் செல்வனாய மேகநாதன் உயிர் கொடுத்துப் புகழ் கொண்டான்.

10. இலங்கை அறிஞன்

இம் மாநிலத்தில் மக்களாகப் பிறந்தோர் முக்குண வயப்பட்டவரென்று மூதறிஞர் கருதுவர். முக் குணங்களில், முனைத்த குணம் பற்றியே ஒருவன் இயல்பு துணியப்படும் என்பர். இம்முறையில் ஆராயும் பொழுது, இலங்கையில் வாழ்ந்த அரக்கர் குலத்தில் முக்குணங்களும் மூவரிடம் முறையாக அமைந்து விளங்கிய தன்மை நன்கு அறியப்படும். இலங்கை வேந்தன் வேகத்தின் வடிவமாய் விளங்கினான். வானவர் இழைத்த வஞ்சனையால் வாழ்நாளையெல்லாம் வறிதே உறங்கிக் கழித்த கும்பகர்ணன், மந்த குணத்தின் உருவாய் அமைந்தான். கல்வி, அறிவு. ஒழுக்க மென்னும் விழுமிய துறைகளில் மேம்பட்டு மிளிர்ந்த விபீடணன் சாந்தமே வடிவமாய்த் திகழ்ந்தான்.

இலங்கை வேந்தனுக்கும் கும்பகர்ணனுக்கும் இளையோனான விபீடணன் அறிவு நூல்களை ஓதி உணர்ந்து, அறநெறி வழுவாது நின்றான்; அடக்கம் பொறுமையாதிய அருங்குணங்களின் நிலையமாய் அமைந்தான். கலையறிவில் தலைசிறந்த இந் நம்பியைக் "கவிஞரின் அறிவு மிக்கான்" என்று கும்பகர்ணன் பாராட்டினான். எப்பொருள் எத்தன்மைத்தாயினும் எப்பொருள் யார் யார் வாய்க்கேட்பினும் அப்பொருளை ஆராய்ந்து மெய்ப்பொருள் காணும்திறம் இவ்வரக்கன் பால் இனிதமைந்து விளங்கிற்று. காய்தல் உவத்தல் அகற்றி எப்பொருளையும் செவ்வையாக ஆராய்ந்து உண்மை காணும் இந் நல்லான் பெருமையைச் சில சான்றுகளால் இனிதறியலாகும்.

இலங்கை மாநகர்க்குத் தூது சென்ற அநுமன், அரக்கர்கோன் ஆதரித்து வளர்த்த அசோக வனத்தை அழித்து, அந் நகரில்

அஞ்சிலே ஒன்றை வைத்துச் சென்ற அடாத செயலை நினைத்து, மானத்தால் மனம் புழுங்கிய மன்னவன், தானைத்தலைவரும் அமைச்சரும் தம்பியரும் அமர்ந்திருந்த மந்திர சபையில்,

"சுட்டது குரங்குஎரி சூரையாடிடக்
கெட்டது கொடி நகர் கிளையும் நண்பரும்
பட்டனர் பரிபவம் பரந்தது எங்கணும்
இட்ட இவ்வரியணை இருந்தது என் உடல்"

என்று கொதித்துக் கூறினான். தேவரிற் சிறந்த மூவரும் ஐம்பெரும் பூதமும் அஞ்சி அடங்கும் இலங்கை மாநகரில் ஒரு குரங்கு புகுந்து, அரக்கர் சேனையை வென்று, அழகிய நகரையும் எரித்திட்ட இழுக்கை எண்ணி இராவணன் மனம் கொதித்தான். அப் பொழுது அமைச்சரும் தானைத்தலைவரும் அவ் வசை தீர்த்தற்குரிய வழிகளைக் குறித்து வீரவுரை நிகழ்த்தினர். அவர்கள் சொல்லிய மொழிகளைச் செவ்வை யாகச் செவியேற்று இறுதியில் எழுந்த அறிஞனான வீடணன், இலங்கை வேந்தனை இருகரங் குவித்து வணங்கி, "ஐயனே, என் தந்தையும் நீயே ! தாயும் நீயே, தவமும் நீயே, தெய்வமும் நீயே! தவமுயன்று அரிதிற் பெற்ற தனிப்பெரும் பதத்தை இழக்கப் போகின்றாயே என்று ஏங்குகின்றது என் நெஞ்சம். தேவராலும் மற்று யாவராலும் ஊறு செய்யலாகாத இலங்கை மாநகரும், எப்பகைவராலும் வெல்லுதற்கரிய அரக்கர் கொற்றமும், ஒரு குரங்கின் வலியால் அழிந்த தென்றெண்ணுதல் அழகாகுமோ? மும்மை சால் உலகினுக்கும் அன்னையாக விளங்கும் சீதையின் கற்பழலால் அன்றோ இலங்கை யழிந்தது ?" என்று கூறும் அறிவுரை சிறந்த நலம் வாய்ந்ததாகும். மாசிலாக் கற்பு வாய்ந்த மங்கையர் வாழ்த்தினால் உலகம் வாழும் என்றும், சீறினால் உலகம் சிதைந்து அழியும் என்றும் செம்மையாக அறிந்த இலங்கை நல்லான் அச்சீரிய உண்மையை மன்னவையில் எடுத்துரைத்த முறை சால அழகியதாகும்.

இன்னும், சீரிய கற்பமைந்த மற்றொரு மங்கை முன்னாளில் இட்ட சாபமும் பலித்ததென்று வீடணன் விளம்பலுற்றான். ஈசனை இன்னிசையால் மகிழ்வித்த இராவணன், வரம் பெற்று மீண்டு வரும் வழியில் தவக்கோலம் தாங்கி நின்ற ஓர் அழகிய தையலைக் கண்ணுற்றான். அலைகடலிற் கண் வளரும் அழகனையே நினைந்து அருந்தவம் ஆற்றிய அக்கன்னியின் தூய மேனியை அரக்கர்கோன் தொட்ட பொழுது அவனை உருத்து நோக்கி, "அடா, உனக்கும், இலங்கைக்கும், உன் கிளைக்கும் கேடாகத் தோன்றுவேன்" என்று அவள் கிளர் சினத்தால் சபித்துச் செந்தழலில் மூழ்கி இறந்தாள். மாசற்ற மங்கையர் ஆற்றலை மாண்புறத் தெரிந்த வீடணன், தவறிழைத்த தமையனை நோக்கி, "ஐயனே! கற்பின் வலிமையால் உன்னைச் சீறிச் செந்தழலில் மூழ்கிய மங்கையே சீதையாய்த் தோன்றினாள்" என்று உண்மை விளங்க உரைத்தான்.

"தீயிடைக் குளித்த அத் தெய்வக் கற்பினாள்
வாயிடை மொழிந்தசொல் மறுக்க வல்லமோ
நோய்உளக்கு யான்என நுவன்றுளாள் அவள்
ஆயவள் சீதை பண்டு அமுதில் தோன்றினாள்."

என்று சீதையின் வரலாற்றை மெய்யறிவாற் கண்டு நம்பி எடுத்துரைத்தும், ஆணவத்தால் அறிவு மழுங்கிய அரக்கர்கோன் கற்பின் ஆற்றலை அறியானாயினான். "எதிரதாக காக்கும் அறிவினார்க்கு அதிரவருவதோர் நோயில்லை" என்று ஆன்றோர் அருளிய முறையில், பின்வரும் தீமையை முன்னறிந்து கூறிய தம்பியின் மொழிகளைப் புறக்கணித்து, அரக்கர்கோன் ஆருயிர் இழந்த நிலை வருந்தத் தக்கதன்றோ?

இன்னும் வீடணன் தன் மாசற்ற அறிவால் மேக நாதன் சூழ்வினையை வென்று இராமனுக்கு வெற்றியளித்த முறையும் ஈண்டு அறியத் தக்கதாகும். மேக நாதன் மாருதியின் கண்ணெதிரே சீதையைக் கொன்ற கொடுமையை எண்ணி எல்லோரும் மயங்கி நிற்க, விளங்கிய அறிவு வாய்ந்த

வீடணன் உள்ளத்தில் ஓர் ஐயம் பிறந்தது. 'நிறையமைந்த திருமகளை நிருதன் வாளாலெறிந்து கொன்றது மெய்யாயின் இவ்வண்ட கோளம் வெடிக்குமன்றோ? மூவுலகும் நிலை குலைந்து முடியுமன்றோ? அவ்விதம் வாளால் எறிந்தது உண்மையேயாயினும், அப்பால் அரக்கன் மைந்தன் ஏன் அயோத்தி மேற் செல்ல வேண்டும்? என்று பலவாறு ஐயுற்று, இலங்கையிற் சென்று கண்டா லன்றி ஐயம் தீராதென் றெண்ணி, வண்டுருவம் கொண்டு அந்நகரினுள்ளே சென்று மீண்டு வந்து அஞ்சன வண்ணன் மனத்துயர் துடைத்தான். இதனாலேயே நிகும்பலைப் பெரும்போரில் மேகநாதன் இறந்துபட்ட போது, வில்லாளரானார்க் கெல்லாம் மேலவனாய அவ்வீரனை வென்ற பெருமை வீடணனுக்கே உரியதென்று இராமன் வியந்துரைப்பானாயினான். அடல் ஏறுபோல் அருகே நின்ற தம்பியையும், மலைபோல் எதிரே நின்ற மாருதியையும் அஞ்சன வண்ணன் அமர்ந்து நோக்கி.

**"ஆடவர் திலக நின்னா லன்று
இகல் அநுமன் என்னும்
சேடனால் அன்று வேறோர்
தெய்வமதின் சிறப்பு மன்று
வீடணன் தந்த வெற்றி ஈது "**

என விளம்பிய புகழுரை மெய்யுரை என்பதில் ஐய மொன்றுண்டோ? மேகநாதன் சிரத்தையறுத்த வில் லாளன் வெற்றியினும், அவ்வல்லாளனது சூழ்வினையை அறிந்து வென்ற வீடணன் வெற்றியே சிறந்ததென்று அஞ்சனவண்ணன் சொல்லிய சொல் போலிப் புகழுரை அன்றென்பது நன்கு விளங்கும். சீதை இறந்த செய்தியைச் சிறந்த அறிஞனான அநுமனே கூறினும், அவன் தன் கண்களாற் கண்ட தாகவே கூறினும் அப்பொருளை ஆராய்தலே ஏற்றதாகும் என்று இலங்கை அறிஞன் கருதுவானாயினான். எப்பொருளை எவர் கூறினும் அப்பொருளை ஆராய்ந்து தெளிவதே அறிவுடைமைக்கு அழகு என்று ஆன்றோர் உரைத்த நலம் வீடணன்பால் அமைந்து விளங்குவதாயிற்று. இதனாலன்றோ 'கண்ணாரக்

கண்டதும் பொய்; காதாரக் கேட்டதும் பொய்; ஆரத்தீர ஆராய்ந்தது மெய்' என்று அறிந்தோர் கூறுகின்றார்கள்.

அற நூல்களை ஓதி உணர்ந்து அவை விதித்தவா றொழுகும் விழுமிய பண்பு வீடணன்பால் அமைந்து விளங்கிற்று. மது நாற்றமும், ஊன் நாற்றமும் இடை யறாது வீசிய இலங்கைமா நகரில் மயக்கும் கள்ளையும் மாசுற்ற ஊனையும் விலக்கிய மாண்புடையோனாக வீடணன் வாழ்ந்து வந்தான். இவ்வற வாழ்க்கையைக் கம்பர் அகச்சான்று புறச்சான்றுகளால் அறிவிக்கும் திறம் சால அழகு வாய்ந்ததாகும். நிகும்பலைக் களத்தில் தன்னைப் பழித்துரைத்த தனயனான மேக நாதனை நோக்கி, வீடணன் கூறும் மொழிகள் அவன் ஒழுக்கத்திற்கு அகச்சான்றாக அமைவனவாம்.

“உண்டிலென் நறவம் பொய்ம்மை
உரைத்திலென் வலியா லொன்றும்
கொண்டிலென் மாய வஞ்சம்
குறித்திலென் யாரும் குற்றம்
கண்டிலர் என்பால் உண்டே
நீயிரும் காண்டி ரன்றே பெண்டிரில்
திறம்பி னாரைத் துறந்தது பிழையிற் றாமோ''

என்று தன்னுடன் நாளும் பழகிய மேகநாதனிடம் வீடணன் தன் ஒழுக்க நெறியை எடுத்துரைத்தான். அறநூல் வகுத்த ஆன்றோரால் சிறந்த அறமென விதந்தோதப் பெற்ற கொல்லாமையும் பொய்யாமையும் வீடணன்பால் அமைந்திருந்தன. இவ்வொழுக்கத்தைப் புறச்சான்றுகளாலும் கம்பர் அறிவித்துப் போந்தார். இலங்கை மாநகரில் புகை புகா வாயிலும் புகுந்து, ஒவ்வொரு பொருளையும் தன் மெய்யுணர் கண்களால் உற்று நோக்கி அநுமன்,

"நிந்தனை நறவமும் நெறியில் ஊன்களும்
தந்தன கண்டிலென் தரும தானமும்
வந்தனை நீதியும் பிறவும் மாண்பமைந்து
அந்தணர் இல்லெனப் பொலிந்த தாமரோ''

என்று மதுவும் ஊனும் அற்றிருந்த வீடணன் மனை வாழ்க்கையை இராமனிடம் வியந்துரைப்பானாயினான். மன்னுயிரை எல்லாம் தம்முயிர்போற் கருதும் செந்தன்மை வாய்ந்த அந்தணர் தவச்சாலை போன்று அவ்வரக்கன் இல்லம் தூயதாய் இலங்கக் கண்ட அநுமன் அம்மனையின் மாட்சியை மனமாரப் புகழ்ந்துரைத்தான்.

இன்னும், இலங்கைக்குத் தூது போந்து தீங்கிழைத்த அநுமனை, இலங்கை வேந்தன் கொல்லப் பணித்த போது, அறத்தாறறிந்த வீடணன் இடை நின்று தடை செய்து, "ஐயனே, மாதரைக் கோறலும், தூதரைக் கோறலும் மற வினையாகும்" என்று எடுத் துரைத்தான்.

அறத்தினோடு உறவு பூண்ட இவ்வரக்கனது செம்மை மற்றொரு வகையாலும் மாண்புற விளங்கும். அசோகவனத்திற் சிறையிருந்த சீதையின் தோழியாக வீடணன் திருமகளாய திரிசடை அமர்ந்திருந்தாள். அறிவினும் திருவினும் சிறந்த அந்நல்லாள், சீதையின் உயிர்த்தோழியாக அமைந்து, அம்மங்கையின் ஆவி காத்தாள் என்று கூறுதல் மிகையாகாது. தலைவனை நினைந்து தளரும் தலைமகளைத் தக்கமொழிகளால் தேற்றியும், அரக்கர் இழைத்த மாயத்தால் மனந்துளங்கி வருந்திய மங்கைக்கு மெய்ம்மை உணர்த்தி ஆறுதலளித்தும், சீதையின் சிறைவாசக் கொடுமையை ஒல்லும் வகையாற் குறைத்த பெருமை திரிசடைக்கே உரியதாகும். ஆருயிர்த் தோழியாய திரிசடையைத் துணைக்கொண்டு, இரக்கமற்ற அரக்கர் நாட்டில் வாழ்ந்த திருமகள்,

"அன்னை நீ உரைத்தது ஒன்றும்
அழிந்திலது ஆதலானே உன்னையே
தெய்வமாக் கொண்டு
இத்தனை காலம் உய்ந்தேன்"

என்று இலங்கை நல்லாளை நோக்கிக் கூறிய இணை யற்ற மொழிகளில், காலத்தினாற் செய்த நன்றியின் பெருமையும்,

செய்யாமற் செய்த உதவியின் செம்மையும் சிறந்து விளங்கக் காணலாம் ஆகவே கற்புக் கடம் பூண்ட பொற்புடைய தெய்வத்தின் அருந்துணை யாக அமைந்த இலங்கை நல்லாள்,

"தக்கார் தகவிலர் என்பது அவரவர்
எச்சத்தாற் காணப்படும்"

என்னும் உண்மை யுரைக்கோர் உயரிய சான்றாக விளங்கினாள். 'மகள் அறிவு தந்தை அறிவு' என்று மாநிலம் போற்ற வாழ்ந்த திரிசடையின் மனநலம் அவள் தந்தையின் செம்மையை நன்றுணர்த்துவதாகும்.

எஞ்ஞான்றும், நன்மனமும் நன்மொழியும் நற் செயலும் நலம் விளைக்குமென்றும், தீயமனமும் தீய சொல்லும் தீயசெயலும் தீமையே விளைக்குமென்றும் இனிதறிந்த இலங்கை அறிஞன் மலரோனிடம் வேண்டிப் பெற்ற வரம், அவன் மனப்பான்மையை நன்கு காட்டுகின்றது. புலமை சான்ற புலத்தியன் மரபு விளங்க, மறை விளங்க இம் மாநிலத்தில் தோன்றிய மைந்தன் மலரோனைப் பணிந்து,

"நல்லாய் அறத்தைக் கைவிட்டு நடுங்கும்
இடும்பை வரினும் நான்
பொல்லாதன செய்யாதொழிக"

என்று விரும்பிப் பெற்ற வரத்தின் பெருமை அளவிடற்கு எளிதோ? எவ்வகை இடர் உற்றாலும், நன்னெறி திறம்பித் தீநெறியிற் படராத சிந்தையை அருளுமாறு வீடணன் விழைந்த வரம் விழுமியதென்று விளம் பவும் வேண்டுமோ?

இத்தகைய நல்லான் இலங்கை வேந்தனுக்கும் இராம வீரனுக்கும் நிகழ்ந்த இணையற்ற பெரும் போரில் தமையனைத் துறந்து மாற்றாரைச் சேர்ந்த செய்கையை ஒரு சாரார் போற்றுவர்; மற்றொரு சாரார் தூற்றுவர். 'அறநெறி திறம்பிப் பிறர்மனை நயந்த பேதையாய முன்னவனைப் பிரிந்து, நன்னெறி யில் நின்ற நாயகனைப் பொருந்தி, இலங்கை நல்லான் என்றும் அழியாப் புகழ் எய்தினன்' என்பர்

ஒரு சாரார். 'இலங்கை வேந்தன் சீரும் சிறப்பும் எய்தி அரசாளும் பொழுது அவன் அளித்த நலமெலாம் பெற்று இனிது வாழ்ந்து, பின்பு அவ்வேந்தனுக்குப் பகை நேர்ந்தபொழுது இலங்கை அரசை எய்த விரும்பி, இராமவீரனுடன் சேர்ந்து வீடணன் மாறாப் பெரும் பழி யெய்தினன்' என்பர் மற்றொரு சாரார். இதனை ஆராயுமுன்னம் அக்காலத்தில் வீடணனுடன் வாழ்ந்த வீரரும் அறிஞரும் அச்செயலை எவ்வாறு கருதினர் என்பதை அறிந்து கோடல் அவசியமாகும். இலங்கைமா நகரில் பெரு வீரனாக விளங்கிய மேக நாதன், கும்பகர்ணன், இராவணன் ஆகிய மூவரும் தம் கருத்தைக் கரவாது வெளியிட்டுள்ளார்கள். மானமே உயிரினும் மாண்புடையதெனக் கருதிய மேகநாதன் நிகும்பலைப் போர்க்களத்தில் இளைய தந்தையான வீடணனைக்கண்ணுற்ற போது நிகழ்த்திய வீரவுரையை முன்னரே கண்டோம். " தங்கையை மான பங்கஞ் செய்து அரக்கரனைவரையும் பருந் துக்கு விருந்தாக்கிய பகைவனைத் தொழுது வாழும் பெருமை விழுமிதன்றோ?" என்று வில்லின் செல்வன் வினவினான். " பாசமும் நேசமும் நிரம்பிய உற்றாரை எல்லாம் உடன் கொன்று அரசாளும் பெற்றி சாலச் சிறந்ததன்றோ?" என்று உலகெலாம் கலக்கி வென்ற அவ்வீரன் சீறினான். ஆகவே, உற்றார் என்றும் உறவினர் என்றும் பாராது, மானம் என்றும் ஈனம் என்றும் எண்ணாது, இலங்கையின் அளவிறந்த செல்வத்தை எய்தும் ஆசையாலேயே வீடணன் போர் முனையில் தமையனைத் துறந்தானென்பது மேகநாதன் கருத்தாகத் தெரிகின்றது.

இனி, கூற்றையும் ஆடல் கொண்ட கும்பகர்ணன் கருத்தை ஆராய்வோம். அறிவு நலம் வாய்ந்த தம்பியிடம் பாசமும் நேசமும் நிரம்பிய இவ்வீரன், அஞ்சன வண்ணனோடு உறவு பூண்டு அவன் ஒருவனேனும் அரக்கர் குலத்தில் எஞ்சி வாழ்வான் என்றெண்ணி உவகையுற்றான். இத்தகைய கும்பகர்ணனும் இலங்கைச் செல்வத்தைப் பெரிதாகக் கருதியே வீடணன் போர்முனையிற் பகைவருடன் சேர்ந்தான் என்று கருதியதாகத் தெரிகின்றது. காலன் வாயிற் களித்து

விளையாடி நின்ற கும்பகர்ணனைக் கண்டு வீடணன் கண்ணீர் வடித்து, "ஐயனே, இருமையும் தரும் பெரு மானாய இராம வீரனைச் சேர்ந்து வாழ்தலே உனக்கு ஏற்றதாகும்" என்று கூறியபொழுது, மானத்தால் மனங் கொதித்த கும்பகர்ணன் பொங்கி எழுந்து வீரவுரை வழங்கினான். "செவ்விய மதில் சூழ்ந்த இலங்கைமா நகரின் செல்வத்தைப் பெரிதாக மதித்து என் தமையனைக் கொல்வதற்கு வில்லேந்தி வந்த பகைவனை வாழ்த்தி வழிபட்டு வாழ நான் ஒருப்படேன்" என்று வீரனுரைத்த மாற்றம் அவன் உள்ளக் கருத்தைத் தெள்ளிதின் உணர்த்துவதாகும்.

கும்பகர்ணன் கருத்து இவ்வாறாக, இலங்கை வேந்தன், தன் தம்பியின் செயலை எவ்வாறு கருதினான் என்பதும் ஆராய்ந்து அறியத்தக்கதாம். மந்திரத் தலைவர் நடுவே அமர்ந்திருந்த அரக்கர்கோனிடம் இலங்கை அறிஞன் இராமன் பெருமையை எடுத்துரைத்தான்; மூலமும் முடிவும் இல்லாத முதல்வனே கையில் வில்லேந்திக் கோசல நாட்டரசன் மைந்தனாகத் தோன்றினான் என்னும் உண்மையைத் தெளிவுற உரைத்தான். அதனை மன்னன் ஏற்றுக்கொள்ளாது மறுத்தபோது, முன்னாள் இறைவனோடு முரணி அழிவுற்ற இரணியன் வரலாற்றை வீடணன் விரித்துரைத்தான். அக்கதையை முற்றக் கேட்ட அரசன் கண் சிவந்து கடுஞ் சீற்றமுற்றான். தந்தையாகிய இரணியன் உயிர்க்கு இறுதி தேடிய மைந்தன் போல், தமையன் உயிர்க்கு இறுதி சூழ்ந்த தம்பியை உருத்து நோக்கி,

"பாழிசால் இரணியன் புதல்வன் பண்பெனச்
சூழ்வினை முற்றியான் அவற்குத் தோற்றபின்
ஏழை நீ என் பெருஞ் செல்வம் எய்திப்பின்
வாழவோ கருத்து அது வரவற் றாகுமோ"

என்று கூறிய மொழிகள் அவன் உள்ளத்தைச் செவ் விதின் உணர்த்துவனவாகும். இலங்கை மாநகரின் பெருஞ் செல்வத்தை விரும்பியே தம்பியின் மனம் திரிந்ததென்று தமையன் கருதினான். இக்கருத்தை நெடுங்காலமாக வீடணன்

தன் உள்ளத்தில் கரந்து வைத்து நயவஞ்சகனாக நடந்தான் என்று அம்மன்னன் மனத்தில் தோன்றிற்று; அசோகவனத்தை அழித்து அரக்கரையும் கொன்ற அநுமனை ஊறு செய்யலாகா தென்று வீடணன் முன்னர் உரைத்த மாற்றமும் வினயமே யென்று செவ்வையாக விளங்கிற்று. அநுமனைத் தூது அனுப்பிய அயோத்தி வீரனுடன் பின்னர்ச் சேர்ந்து பெரும் பயன் பெறுவதற்காகவே தம்பி இவ்வாறு முன்னம் அடிப்படை கோலினான் என்று அரக்கர்கோன் கருதினான்; எவ்வாற்றானும் இத்தகைய தம்பியை விலக்குதலே தக்கதாகும் எனத்துணிந் தான். அமைச்சரும் அறிஞரும் நிறைந்த அரச சபையில் தன் தம்பியின் குற்றங்களை இலங்கேசன் தொகுத்துரைத்தான்.

"நண்ணின மனிதரை நண்பு பூண்டனை
எண்ணினை செய்வினை என்னை வெல்லுமாறு
உன்னினை அரசின் மேல் ஆசை ஊன் றினை
திண்ணிதுன் செயல் பிறர் செறுநர் வேண்டுமோ"

என்று காவலன் குற்றம் சாற்றும் மொழிகளில் வீடணன் தன்னலம் கருதியே மாற்றாருடன் சேர்ந்தான் என்னும் கருத்து நன்கு இலங்குவதாகும்.

இனி எப்பொருளையும் திறம்பட ஆய்ந்து திருந்திய மொழிகளாற் கூறும் இயல்பமைந்த அநுமன் கருத்தை ஆராய்தல் அவசியமாகும். அஞ்சன வண்ணனின் துணைவராக அமைந்த வானர வேந்தனும், நீலனும், சாம்பனும் அரக்கர்கோன் தம்பியாகிய விபீடணனைத் தஞ்சமாக ஏற்றுக் கொள்ளுதல் தகாதென்று எடுத்துரைத்த பின்னர், அநுமன் தன் கருத்தை அறிவிக்க எழுந்தான். நுணங்கிய கேள்வியனாய அவ்வறிஞன், வணங்கிய சொன்னியனாய் வாய்புதைத்து அவை யடக்கங் கூறி அறிவுரை பகரலுற்றான். அடைக்கலம் புகுந்த அரக்கன் மனப்பான்மையைப் பலவாறு நுணுகி ஆராய்ந்த அநுமன்,

**"வாலி விண்பெற அரசு இளையவன் பெறக்
கோலிய வரிசிலை வலியும் கொற்றமும்
சீலமும் உணர்ந்து நிற்சேர்ந்து தெள்ளிதின்
மேலரசு எய்துவான் விரும்பி மேயினான்"**

என்றுரைத்த மொழிகளில், அவ்வறிஞன் மனப் பான்மை இலைமறைக் காய் போல் இலங்குகின்றது. "ஐயனே, வானர வீரனான வாலியை ஓர் அம்பால் விண்ணுலகாள அனுப்பிய உன் வில்லின் வன்மையையும், வாலிபுரந்த வளநாட்டை அவன் தம்பிக்கு வழங்கிய நின் கையின் வண்மையையும் நன்றாக அறிந்த இவ்வரக்கன், நின்னைச் சேர்ந்து, மேலரசு செய்தும் விருப்பால் வந்தடைந்தான்" என்று மாருதி சுருங்கச் சொல்லி விளங்க வைத்தான். அவ்வுரையின் கருத்தென்னை? வரத்திலும் வலிமையிலும் நிகரற்ற வாலியின் வலியழித்த வரிசிலை, அரக்கர்கோன் ஆவியைக் கவர்தல் ஒருதலை என்று வீடணன் ஐயமறத் தெளிந்தான். வாலியை வென்ற கோசல நாட்டு வள்ளல் சார்ந்தோர்க்கு நலம் விளைக்கும் சாந்தகுண சீலனென்றும் வீடணன் இனிதறிந்தான். தீயோரிடமிருந்து கவர்ந்த நாட்டை நல்லோரிடம் ஒப்புவிக்கும் மன நலம் அஞ்சன வண்ணன்பால் அமைந்திருந்ததை யறிந்து இலங்கை அரக்கன் அடைக்கலம் புகுந்தான் என்று அநுமன் கூறிய மாற்றம் அழகு வாய்ந்ததாகும்.

இன்னும் அறத்தாறறிந்த இலங்கை அறிஞன் எஞ்ஞான்றும் அறம் வெல்லும், பாவம் தோற்கும் என்னும் அடிப்படையான உண்மையை அறிந்தவ னாதலின்,

**"செறிகழல் அரக்கர்தம் அரசு சீரியோர்
நெறியல தாகலின் நிலைக் கலாமையும்
எறிகடல் உலகெலாம் இளவற்கு ஈந்ததோர்
பிரிவரும் கருணையும் மெய்யும் பேணினான்"**

என்று அநுமன் கூறும் குறிப்பு ஆராயத்தக்கதாகும். ஆழி சூழ்ந்த உலகமெல்லாம் பரதனே ஆளவேண்டுமென்று கேகய மங்கை விரும்பிய போது, "என் பின்னவன் பெற்ற செல்வம்

அடியனேன் பெற்ற தன்றோ" என்று மனமார மகிழ்ந்துரைத்து, அன்று மலர்ந்த செந்தாமரையை வென்ற முகத்தோடு கானகம் சென்ற கமலக் கண்ணனது கருணையை நன்கு அறிந்திருந்த வீடணன், அம் மனப்பான்மையைப் போற்றி மகிழ்ந்தான் என்று மாருதி குறித்த முறை ஈண்டு மிக்க பொருத்தமுடையதாகும். மண்ணரசாளும் பொறுப்பை மற்றையோரிடம் ஒப்புவிக்கும் இயல்பமைந்த இராமன், இலங்கை அரசைத் தனக்களிப்பான் என்று வீடணன் கருதுதல் வியப்பாமோ? இவ்வாறு, தன் மனக்கருத்தைத் திட்பமாகவும் நுட்பமாகவும் அறிவித்த அநுமன், சொல்லின் செல்வ னாதலின், அடைக்கலம் புகுந்தோர் யாவரே யாயினும் அவர்க்கு அபயதான மளித்தலே அறநெறியாகும் என்னும் பொருள் குறித்துப் பரந்த சொற்களால் இறுதியில் ஒரு விரிவுரை நிகழ்த்தி முடித்தான்.

அனுமன் சொல்லிய அமுதமொழிகளை ஆர்வமுறக் கேட்ட ஐயன், மாருதி வடித்துச் சொன்ன பெற்றியை மனமாரப் புகழ்ந்து,

"கருத்துற நோக்கிப் போந்த
காலமும் நன்று காதல்
அருத்தியும் அரசின் மேற்றே
அறிவினுக் கவதியில்லை"

என்று அழகுற மொழிந்தான். இதனாலேயே வீடணன் ஐயனது விரைமலர்த் தாள்களில் வீழ்ந்து வணங்கிய போது, அவ் வரக்க நண்பன் கருத்தினை நிறை வேற்றுவதாக இராமன் வாக்களித்தான்.

"ஆழியான் அவனை நோக்கி
அருள் சுரந்து உவகை தூண்ட
ஏழினோடு ஏழாய் நின்ற
உலகும் என்பெயரும் எந்நாள்
வாழுநாள் அன்று காறும்
வாள் எயிற்று அரக்கர் வைகும்

தாழ்கடல் இலங்கைச் செல்வம்
நின்னதே தந்தேன் என்றான் "

ஆர்வத்தனாக வந்து அடிபணிந்த அறிஞனை அஞ்சன வண்ணன் அமர்ந்து நோக்கிப் புன்முறுவல் பூத்து, "ஐயனே! இந் நிலவுலகும் என் நாமமும் நிலைத்துள்ள காலமளவும், இவ்விலங்கைச் செல்வத்தை நீயே ஆளக்கடவாய்" என்று வழங்கினான். இராவணனை வென்றழிப்பதன் முன்னமே இலங்கை யரசை வீடண னுக்கு வழங்கிய முறையும், அரக்கர் கோனை அழித்த பின் அவன் நாட்டைத் தருவேன் என்று எதிர் காலத்தாற் கூறாது, தந்தேன் என்று இறந்த காலத்தாற் கூறிய கருத்தும் ஈண்டு உணரத் தக்கனவாம். அடைக்கலம் புக்க அரக்கன் உள்ளக் கருத்தை அநுமன் வாய் மொழியால் தெள்ளிதின் அறிந்து கொண்ட அஞ்சன வண்ணன், அக் கருத்தை நிறை வேற்றுவதாக வாக்களித்து, வீடணன் மனத்தை மகிழ்விப்பானாயினான்.

இங்ஙனம் அருளிய வீரன் அப்பொழுதே அவ் வறிஞனை மணிமுடி மன்னனாக்கக் கருதி,

"தஞ்ச நற் றுணைவனான
தவறிலாப் புகழோன்
துஞ்சலின் நயனத்து ஐய
சூட்டுதி மகுடம்"

என்று இலக்குவனை நோக்கிக் கூறினான். இலங்கை மன்னனை வென்றபின் எய்தற்பாலதாய இலங்கை யரசின் திருமுடியை வீடணன் சென்னியிற் சூட்டுமாறு பணித்த பின்னரே, விநயம் வாய்ந்த இராம வீரன் அவனை உடன்பிறந்தார் வகையில் வைத்து உவப்பானாயினான். அகமும் முகமும் மலர்ந்து, 'உய்ந்தனன் அடியேன்' என்று உவகை பூத்து நின்ற அரக்க நண்பனை அமர்ந்து நோக்கி, "ஐய, முன்னம் நால்வராகத் தோன்றிய நாங்கள், கங்கை யாற்றங் கரையிற் கண்ட குகனொடும் ஐவரானோம்; பின் வானர நாட்டில் வந்தடைந்த அருக்கன் மைந்தனொடு

அறுவரானோம்; இலங்கையில் வாழும் நின்னொடு இப்பொழுது எழுவரானோம்'' என்று நேசமென்னும் பாசத்தால் அருளிய மொழிகள் இலங்கையரசை வழங்கிய பின்னர் எழுந்த முறை ஊன்றி உணரத்தக்க தாகும். இங்ஙனம் இலங்கைச் செல்வம் எய்தி நின்ற அரக்க அறிஞனை "இந்திரற்குரிய செல்வம் எய்தினான் இவன்" என்று பல்லோரும் ஏத்திப் பணிந்தார்கள். அந் நிலையில் அவ்வறிஞனை வானரவீரர் சந்திர விமானமேற்றிப் பாசறையை வலம் வந்து விழா வெடுத்தனர். எம்மையும் தரும் பெருமை வாய்ந்த இராமன் பாதுகையை சென்னியில் தாங்கி நின்ற அரக்கனை விமானத்திற் கண்ட வீரரும் பிறரும் வேறு வகையாற் புகழாது "இலங்கைச் செல்வம் எய்தினான்'' என்று வீடணன் இம்மையிற் பெற்ற பயனையே பாராட்டும் முறை மிகப் பொருத்த முடையதாகத் தோன்றுகின்றது.

இவ்வாறு இலங்கை வீரராய மூவரும் ஏனைய அறிஞரும் கருதுமாறு, இலங்கேசனது எல்லையற்ற செல்வத்தை எய்தி இம்மையிற் செம்மையாக வாழ்தலே வீடணன் குறிக்கோளாயின், அவ் வறிஞன் தான் எய்திய பேற்றைத் தமையனான கும்பகர்ணனுக்கு அளிக்க இசைவானோ என்னும் ஆசங்கை நிகழ்வதாகும். குரைகழல் அணிந்து கூற்றுவன் வாயிற் குறுக நின்ற கும்பகர்ணனைக் குழைந்து நோக்கி, "ஐயனே இருளுறு மனத்தனாய என்னையும் அருளினால் ஆண்டு கொண்ட இராமன் உன்னை அபயமளித்துக் காப்பதில் ஐயமொன்றில்லை. மருளுறு பிறவியை மாற்றுவதற்கும் அவனே மருந்தாவான்" என்று அழியாச் செல்வம் தரவல்ல அப்பெருமானது பெருங் கருணைத் திறத்தினை இலங்கை நல்லான் வியந்துரைத்தான். அப்பால் அவன் அருளாற் பெற்ற இலங்கைச் செல்வத்தையும் அரசையும் தானே மனமுவந்து தமையனுக்கு அளிக்க இசைந்து,

"எனக்கு அவன் தந்த செல்வத்து
இலங்கையும் அரசும் எல்லாம்

நினக்கு நான் தருவன் தந்து உன்
ஏவலின் எளிதின் நிற்பேன்"

என்று வீடணன் உரைத்த மாற்றம் விளக்கமாக ஆராயத் தக்கதாகும். இலங்கைச் செல்வத்தில் ஊன்றிய ஆசையால், உற்றார் உறவினரை யெல்லாம் ஒதுக்கி ஒன்னாரோடு சேர்ந்த ஒருவன் அரிதிற் பெற்ற அச் செல்வத்தை மற்றொருவனுக்கு வழங்க இசை வானோ? இலங்கை அரசின் மேல் ஊன்றிய ஆசை யினும் முன்னோன்பால் அமைந்த ஆர்வத்தால் அரசுரிமையை அளிக்க இசைந்தான் என்று எண்ணுதலாகுமே பொன்னாசையும் மண்ணாசையுமே வீடணன் உள்ளத்தில் ஊன்றி நின்றன என்று கருதுவோர். அவ்வறிஞன் கும்பகர்ணன் மனப்பான்மையைப் பன்னாள் நன்கறிந்தவனாதலின் இலங்கையின் வெறுக் கையை அவன் வெறுப்பது திண்ணம் எனத் தெரிந்து அதனை வழங்க இசைந்தான் என்று மாற்றம் உரைப்பர் போலும்!

இவ்வுலகில் நன்னெறி என்றும் தீநெறி என்றும் இருநெறியுண்டென்றும், நன்நெறி நன்மையே நாடிச் செல்லும் என்றும் தீநெறி எப்பொழுதும் தீமையிற்படரு மென்றும் நீதிநூல் கூறுகின்றது. இவ்விரு நெறியும் ஒன்றற் கொன்று முரணாக இருத்தலின் இரண்டும் இணங்கி நிற்றல் இயலாததாகும். இவ்வாறு பிணங்கும் இருநெறிகளும் ஒன்றை யொன்று வெல்ல முயலும் பொழுது மறநெறி முதலில் மேம்படுவதுபோல் தோன் றினும் இறுதியில் அறநெறியே வெல்லும் என்பது ஆன்றோர் கொள்கை. அறம் வெல்லும், பாவம் தோற்கும் என்பது முக்காலத்தும் மாறாத மெய்ம்மை யாகும், அத்தகைய அறநெறியின் நீர்மையை

"அறத்தினைப் பாவம் வெல்லாது
என்னும் அதறிந்து ஞானத்
திறத்தின துறமென் றெண்ணித்
தேவர்க்கும் தேவைச் சேர்ந்தேன்"

என்று வீடணன் மேகநாதனை நோக்கி, அறுதியிட் டுரைக்கும் முறையால் அறியலாம். அறத்தினைப் பாவம் வெல்லாது என்னும் அடிப்படையான உண்மையை அறிந்தே மறநெறியில் முனைந்து நின்ற மன்னனைத் துறந்து, அறமே உருவாக அமைந்த அஞ்சன வண்ணனைச் சேர்ந்ததாக வீடணன் கூறும் வாய்மொழி அவன் மனச் செம்மையை அறிதற்கு ஒரு சிறந்த சான்றாகும்.

மாதரது அறநெறி என்று ஆன்றோரால் வியந் தோதப்படும் கற்பு நெறியைச் சிதைத்தோர்க்கு எஞ்ஞான்றும் உய்வில்லை என்று வீடணன் கருதினான். இம்மையிற் பெரும்பழியும், மறுமையில் மாறாத் துயரும் விளைக்க வல்ல பெரும் பாவங்களில் பிறனில் விழையும் பாவமே பெரிதென்பது இவ் வரக்கன் கருத்தாகும். ஆயிரம் மறைகள் அறிந்தோனாயினும், இணையற்ற வரம்பெற்ற இசையாளனாயினும், வீணைக் கொடியால் விண்ணும் மண்ணும் ஆண்ட விளங்கு புகழோனாயினும், பிறன்மனை நயந்த இலங்கை நாதனைத் துறத்தலே தக்கதென்று வீடணன் துணிந்தான்.
போர்முனையில் உற்றார் உறவினரைத் துறந்து பகைவரோடு சேர்ந்து சிறிய தந்தை சிறுமை யெய் தினான் என்று சீறி நின்ற மேகநாதனை நோக்கி,

"மூவகை உலகும் ஏத்தும்
முதலவன் எவர்க்கும் மூத்த
தேவர்தம் தேவன் தேவி
கற்பினிற் சிறந்துளர்ளை
நோவென செய்தல் தீதென்
றுரைப்ப நுந் தாதை சீறிப்
போவெனப் போந்தேன் இன்று
நரகத்திற் பொருந்துவேனோ"

என்று வீடணன் கூறும் விழுமிய மொழிகள் அவ்வற வோனது உள்ளப்பான்மையை நன்கு உணர்த்து வனவாம். மாசற்ற கற்பமைந்த மங்கையை, மும்மை சால் உலகுக் கெல்லாம் தலைவனின் மனைவியைச் சிறை வைத்தல் ஆகாது என்று

வீடணன் எடுத் துரைத்த உண்மையை வீசி எறிந்து தீநெறியில் முனைந்து நின்ற இலங்கை வேந்தனை, அன்றே தமையன் அல்லன் என்று துறந்த அறிஞன் மனப்பான்மை இக்கவியில் இலங்கக் காணலாம். தீ நெறியில் தலை யூன்றி நின்ற வேந்தனைத் தன் தமையன் என்று கூற இசையாது "நுந்தாதை" என்று மேகநாதனை நோக்கிக் கூறிய முறையும் கருதத்தக்கதாகும்,

இன்னும் அறத்தினைத் தழுவி நிற்கும் அறிஞர் மறத்தினை மருவி நிற்றல் இயலாதென்றும் உண்மை வீடணன் வாய்மொழியால் இனிது விளங்கக் காணலாம். தீயவை செய்வோர் தாயராயினும் தந்தைய ராயினும், உற்றாராயினும் அன்னாரைத் துறத்தலே தக்கதென்று கருதிய அரக்க அறிஞன்.

" தீயவை செய்வராகில் சிறந்தவர்
பிறந்த உற்றார்
தாயவை தந்தைமா ரென்றுணர்வரோ
தருமம் பார்ப்பார்
நீயவை அறிதி யன்றே நினக்குநான்
உரைப்ப தென்னே
தூயவை துணிந்த போது பழிவந்து
தொடர்வ துண்டோ "

என்று கும்பகர்ணனை நோக்கிக் கூறினான். எஞ்ஞான்றும் அறத்தால் வருவது இன்பம் என்றும், மறத்தால் விளைவது மாயாப் பழி யென்றும் நன்கறிந்த இந் நல்லான் அறமே உறவினும் பெரிதென்று துணிந்தான். தாயும் தந்தையும், மாதரும் மக்களும், உற்றாரும் உறவினரும் துறத்தற்குரியரென்று கருதி நீத்த துணிவுடையோர் அந்தமில் இன்பத்து அழியா வீடு பெற்ற பான்மையை விளங்க வுரைத்தான். இன்னும், தீ நெறியில் தலைப்பட்டோர் எத்தகையராயினும் அவரை ஆதரித்தல் அடாதென்று வீடணன் விழுமிய சான்றுகளால் விளக்கிப் போந்தான்.

'தாயிற் சிறந்ததொரு கோயிலு மில்லை' என்று தக்கோர் கூறுமாறு முன்னறி தெய்வமாக விளங்கிய அன்னை, கற்புநெறி துறந்து தன் கணவனல்லாத மற்றொருவன் நிழலைக் கண்டு காதலுற்ற நிலையறிந்த பரசுராமன், அம்மாதை மழுவால் எறிந்து கொன்ற மாண்பினை, வீடணன் போற்றினான். தீவினை செய்தவள் தாயாயினும் அவளை ஒறுத்தல் தவறன்று என்று இவ்வறிஞன் கருதினான். ஆகவே, எந்நன்றி செய்தோராயினும், எம்முறையில் அமைந்தோராயினும் தீநெறியிற் செல்வோரைத் துறப்பதும் ஒறுப்பதும் தக்கவேயாம் என்பது வீடணனது கொள்கையாக விளங்கித் தோன்றுகிறது.

இதுகாறும் கூறியவற்றால் அறநெறியாக நின்ற இராமனை அபயம் அடைந்து நிலமிசை நீடு வாழும் விருப்பாலேயே நிருதநல்லான் தன் தமையனைத் துறந்த தன்மை அவன் வாய்மொழியால் இனிது விளங்குவதாகும். வேதநாயகனாக விளங்கும் முழு முதற் பொருளே கால் தரை தோய நின்று, அல்லவை செய்த அரக்கரை அழிக்குமாறு இலங்கையிற் போந்தது என்று மெய்யறிவு வாய்ந்த வீடணன் நன்குணர்ந்தான். இருமையுந் தரும் பெருமானைச் சரணடைந்து பிறவிப்பிணியை, வேரறுக்குமாறு வீடணன் இலங்கை வேந்தனைத் துறந்தான். "எந்தையே சரணம்! இராகவா சரணம்!" என்ற சொல்லைத் திருச்செவியில் ஏற்று, அஞ்சன வண்ணன் அபயதானம் அளித்தபோது வீடணன் அகமும் முகமும் மலர்ந்தான். பரம்பொருளாய இராமன்பால் வைத்த பத்திமையால் மெய்யரும்பி, விதிர் விதிர்த்து, கண்ணீர் ததும்பி, வெதும்பி நின்ற அன்பன் நிலையை அறிவிக்கப் போந்த கம்பர்.

" சிங்க ஏறனையான் சொன்ன
வாசகம் செவிபு காமுன்
கங்குலின் நிறத்தி னான் தன்
கண்மழைத் தாரை கான்ற
அங்கமும் மனம் தென்னக்
குளிர்ந்தது அவ் வகத்தை மிக்குப்

பொங்கிய உவகை யென்னப்
பொடித்தன உரோமப் புள்ளி"

என்று அழகுற எழுதி அமைத்தார். அஞ்சனவண்ணன் அபயதானம் அளித்து ஆதரித்துத் தன்னை ஆண்டு கொண்டான் என்றறிந்த போது வீடணன் அங்கமும் மனமும் குளிர்ந்து ஆனந்தக் கண்ணீர் சொரிந்த அழகினைக் கம்பர் எழுதிக் காட்டுந் திறம் அருமை வாய்ந்ததாகும். அந்நிலையிற் சிறியோர் செய்த சிறுமையைத் தன் பெருமையாற் பொறுக்குந் தகைமை சான்ற இராமன் பெருங்குணம் வீடணன் உள்ளத்தில் விளங்கித் தோன்றிற்று. தன் தமையன் சிறுமையையும், அயோத்தி அண்ணலின் பெருமையையும் சீர்தூக்கிச் சிந்தை குழைந்து கண்ணீர் சிந்தி, "பஞ்சின் மெல்லடிப் பாவையைப் பிரித்துப் பதறவைத்த பாவியின் தம்பியாய என்னையும் கடைக் கணித்துப் பெருமான் அருள் செய்தானோ? நஞ்சனைய என்னையும் தஞ்செனக் கருதினானோ ? ஆலமே அமுதாக உண்டு வாழ்வித்த நீலகண்டனுக்கு நிகரான இராமன் பெருமையை என்னென்று போற்றிப் புகழ்வேன் ? இத்தகைய பெருமான் அடிபணிந்து உய்யுமாறு என்னைத் துரத்திய தமையன் கருணையை என்னென்பேன் " என்று அவன் வியந்து புகழ்ந்தான். இங்ஙனம், அரக்கர் இயற்றிய பாவத்தால் இலங்கை மாநகரம் போந்த இராமனைப் பணிந்து ஈறிலா இன்பத்தில் இறுமாந்த அறிஞனை, ஆழ்வாருள் ஒருவராக அமைத்து வைணவ உலகம் வாழ்த்தி வழிபடுகின்றது.

11. தென்னிலங்கைத் தெய்வம்

கணவனே தெய்வமென்று கருதி ஒழுகிய கற்புடைய மாதருள் மண்டோதரி தலை சிறந்தவளாவள். தூய வெண்ணீறு துதைந்த மேனியும், சிவனடி மறவாச் சிந்தையும் வாய்ந்த அம்மங்கை செந்நெறி வழுவாது வாழ்ந்து வந்தாள். தன் தலைவன், விதியின் விளைவால் மதிமயங்கி, நஞ்சு தோய்ந்த அமுதனைய சீதையை நயந்தான் என்றறிந்த போது மதிநலம் வாய்ந்த அம்மாது நடுங்கினாள்; மாதர் நெடும் புலவியினும் வணங்காத பெருமை வாய்ந்த மன்னவன் சிறியனாய் எளியனாய்ச் சீதையின் முன்னே இரந்து இறைஞ்சிய தன்மையை அறிந்து ஏங்கினாள். சீதையால் நேர்ந்த நெடும்போரில் நெடும்போரில் மேகநாதன் இறந்தழிந்த செயல் கேட்டுச் சிந்தை நைந்த அந்நங்கை,

"தலையின்மேற் சுமந்த கையள்
தழலின்மேல் மிதிக்கின் றாள்போல்
நிலையின்மேல் மிதிக்குந் தாளள்
நேசத்தால் நிறைந்த நெஞ்சள்
கொலையின்மேற் குறித்த வேடன்
கூர்ங்கணை உயிரைக் கொள்ள
மலையின்மேல் மயில் வீழ்ந்தென்ன
மைந்தன்மேல் மறுகி வீழ்ந்தாள்."

மையறு மனத்தாளாய மண்டோதரி, தலையின்மேல் சுமந்த கையளாய், தழலின்மேல் மிதிப்பவள்போல் அஞ்சி நடந்து சென்று, மலைபோற் கிடந்த மைந்தன் மீது, வேடனது அம்பால் அடிபட்ட மயில்போல் விழுந்தாள்; மயங்கினாள்; புலம்பினாள்; தன் மைந்தனது குழவிப் பருவத்தை நினைந்து குமுறிக் குமுறி நெஞ்சம் குழைந்தாள்; 'ஐயனே! வளர்மதி

போல் நீ வளர்ந்து வருங்காலத்தில் உன் சிலையினால் அரியை வெல்லக் கண்டு வியந்தேனே! இப்போது உன் தலையிலா உடலைக் கண்டு கலங்கப் பாவியேன் என்ன தீவினை செய்தேனோ? நிலையற்ற இவ்வாழ்வை விரும்பி இன்னும் உயிர் தாங்கியிருப்பேனோ? ஐயனே! அழகனே! என் அரும்பெறல் அமிழ்தமே! உலக மூன்றினும் ஒப்பற்ற வீரனே! நின் மலர் முகம் காணாது இம் மண்ணுலகில் வாழ்வேனோ?" என்று பலவாறாகப் பன்னிப் பதறி அழுதாள். அந்நிலையில் மதிநலம் சான்ற அம்மங்கை பின் நிகழ விருந்த பெருந் தீமையை நினைந்தாள்; நெஞ்சம் உருகினாள்; தேவரினும் மூவரினும் வலியனாய இலங்கை வேந்தனும், இராமன் அம்பால் இறக்கப் போகின்றானே என்று எண்ணினாள். எண்ணிய கருத்தைச் சொல்ல நாவெழாது தரை மீது கிடந்த தன் மைந்தனது உடலை நோக்கி, "அந்தோ, இலங்கை வேந்தனும் நாளை இத்தகைய னன்றோ?" என்று இயம்பும் முறை அம்மங்கையின் கற்பின் பெருமையை இனிது உணர்த்துகின்றது.

" பஞ்செரி யுற்ற தென்ன
அரக்கர் தம் பரவை யெல்லாம்
வெஞ்சின மனிதர் கொல்ல
விளிந்ததே மீண்ட தில்லை
அஞ்சினேன் அஞ்சினேன்
இச் சீதை யென்று அமுதாற்செய்த
நஞ்சினால் இலங்கை வேந்தன்
நாளை இத்தகையன் அன்றோ?"

என்பது மண்டோதரியின் வாய்மொழி. கண்டோர் கருத்தைக் கவரும் பேரழகு வாய்ந்த சீதை, காமுற்ற ஆடவரை அழிக்கும் கற்பு வாய்ந்தவளாதலின் அத் திருமகளை, " அமுதாற் செய்த நஞ்சு" என்று அரக்க மாதேவி கருதினாள். சீதையின் அழகெனும் அமுதை மாந்திய அரசன் அவ்வழகினுள் அமைத்த கற்பென் னும் நஞ்சால் அழிவது திண்ணம் என்றறிந்த மண்டோதரி அக்கருத்தை வெளியிடும்

மொழிகளில் சோகம் பொங்கித் ததும்புகின்றது. அப்பால் போர்க் களத்தில் ஆவியிழந்த தலைவன் மேனியைக் கண்டு,

" பின்னேயோ விழுந்ததுவும் முடித்தலையோ
படித்தலைய முகம் காட்டாயோ
என்ளேயோ என்னேயோ இராவணனார்
முடிந்தபரிசு இதுவோ பாவம்"

என்று மண்டோதரி இரங்கிக் கூறும்பொழுது, உயிரிழந்த காதலனை "இராவணனார்" என்று சிறப்பித் துரைக்கும் செம்மை அம்மங்கையின் நிறையமைந்த நீர்மையை உணர்த்துகின்றது.

இத்தகைய மண்டோதரி, நாயகனது புண்ணுற்ற மேனியைக் கண்டு புலம்பியபோது. உணர்வரிய தித்த மெய்ஞ்ஞானம் பெற்றாள்; அந்நிலையில் ஞானத்தால் இலங்கைப் போர்முனையில் கால் தரை தோய நின்று கண்ணுக்கும் எளியனாய வீரன், என்று பாலாழியிற் பள்ளி கொள்ளும் பரமனே அறிந்தாள். "ஆரா அமுதாய் அலைகடலிற் கண் வளரும் நாராயணன் என்றிருப்பேன் இராமனை நான்" என்று மெய்ம்மை யுணர்ந்த மங்கை ஆவி துறந்தாள். தலையாய கற்புநெறி வழுவாது தலைவனுடன் சென்ற மண்டோதரி இறைவன் இணையடி சேர்ந்து பேரின்பப் பெருவாழ் வெய்தினாள். இங்ஙனம் ஈசனிடம் இடையறாப் பேரன்பு வாய்ந்து இன்பப் பேறெய்திய மண்டோதரியின் பெருமையை,

"ஏர்தரும் ஏழுலகேத்த
எவ்வுருவும் தன்னுருவாய்
ஆர்கலிசூழ் தென்னிலங்கை
அழகமர் மண்டோதரிக்குப்
பேரருள் இன்பமளித்த
பெருந்துறை மேயபிரானைச்
சீரியவாயாற் குயிலே
தென்பாண்டி நாடனைக் கூவாய்"

என்று மணிவாசகப் பெருமான் திருவாசகத்தில் போற்றிப் புகழ்ந்தனர். வரத்தாலும் வலிமையாலும் சிறந்து விளங்கிய இராவணன் மனைவியா யமைந்து, தேவர் கோனையும் வென்று சிறையிட்ட மேகநாதனின் அன்னையாகத் திகழ்ந்து, சிவனடி மறவாச் செம்மை யிலே தலைநின்று, கணவன் இறந்த நிலையில் உயிரிழந்து ஞானத்தால் வீடுபெற்ற நங்கையைப் பஞ்சகன்னியருள் ஒரு கன்னியாக வைத்துப் பண்புடையோர் பாராட்டுகின்றார்கள்:

12. இலங்கை அணங்கு

கார்மேகத்தின் இடையே இலங்கும் கதிரொளி போன்று, இரக்கமற்ற அரக்கர் வாழ்ந்த இலங்கை மாநகரில் திரிசடை என்னும் நல்லாள் தோன்றினாள். அம்மங்கை இளமையிலேயே விபீடணன் தனயை என்னும் தகைமைக்கேற்ற அறிவும் சீலமும் அமைந்து விளங்கினாள்; மது மலிந்த இலங்கைமா நகரில் மயக்குங் கள்ளைக் கண்ணெடுத்தும் பாராத கன்னியாக அமைந்தாள்; ஊனைத் தின்று ஊனைப் பெருக்கும் அரக்கர் நிறைந்த நகரில் புலால் உணவை அறவே ஒழித்த புனிதவதியாக இலங்கினாள்; இத்தகைய நல்லொழுக்கம் வாய்ந்த நங்கை, அழகிலும் சிறந்து நாளொரு மேனியாக வளர்ந்தாள்.

இலங்கை வேந்தன், சீதையை வஞ்சனையாற் கவர்ந்து, அசோக வனத்தில் சிறை வைத்துப் பல்லாயிரம் அரக்கியரைக் காவலாக அமைத்தான். அக் கருமனத் தரக்கியர் இடையே, புலிக் குழாத்தினடுவே அகப்பட்ட புல்வாய்போற் சீதை மயங்கினாள். கறுத்துப் பருத்த மேனியும், வளைந்து இதழதுக்கும் எயிறுகளும் உடைய அரக்கியரைக் கண்டு சீதை அஞ்சி நடுங்கினாள்; இடி முழக்கம் போன்ற அவர் குரலைக் கேட்டு ஏக்கமுற்று வாடினாள். தலைவனைப் பிரிந்து அருந் துயரில் ஆழ்ந்த திருமகள் அரக்கியர் கொடுமையால் ஆற்றொணாத் துயரடைந்து, வெந்த புண்ணில் வேல் புகுந்தாற் போல் மனம் நொந்து வருந்தினாள்.

இத்தகைய துன்பத்தால் நலிந்த மங்கைக்குத் திரிசடை உயிர்த் தோழியாக அமைந்தாள். சீதையை மனத்தளியிலமைத்த இலங்கை மன்னன், அம்மங்கையின் மென்மைக்கும் செம்மைக்கும் ஏற்ற முறையில் நல்லியல் வாய்ந்த ஒரு

நங்கையைத் தோழியாக அமைக்கக் கருதி அப்பணியைத் திரிசடைக்கு அளித்தான். நற்குணங்களெல்லாம் ஒருங்கே அமைந்த சீதைபால் திரிசடை தலையாய நேசம் பூண்டு ஒழுகினாள்; நாதனைப் பிரிந்த நங்கைக்கு நல்ல உயிர்த்துணையாக அமைந்தாள்; தலைவனை நினைந்து தளர்வுற்ற தலைமகளைத் தக்க மொழிகளால் ஊக்கி உயிர்ப்பித்தாள். அரக்கன் கொடுமையை எண்ணிச் சீதை நடுங்கிய போதெல்லாம் அந்நங்கையை நல்லுரைகளால் தேற்றினாள்; கணவனைப் பிரிந்த துயரத்தால் உறக்கமற்ற தலைமகளோடு தானுந் துயிலாது கண் விழித்திருந்தாள். இத்தகைய தோழியைத் திருமகள் தன் அன்னையாகவே கருதி அவள் பால் தலையாய அன்பு செலுத்தினாள். நேசம் என்னும் பாசத்தால் பிணிப்புற்ற இருவரும் ஒருவருக்கொருவர் உயிர்த் துணையாயினர்.

மையல் நோயால் நையலுற்ற இலங்கை நாதன் தன் கற்பினுக்குத் தீங்கு செய்வானோ என்று அஞ்சி அயர்ந்த சீதையின் மயக்கம் தீர்க்கக் கருதி, மலரோன் சாப வலிமையைத் திரிசடை எடுத்துரைத்தாள். முறையாக மணம் புரிந்த மங்கையரையன்றி மற்றைய மாதரை இலங்கை வேந்தன் தீண்டுவானாயின், அவன் தலை வெடிக்கும் என்று முன்னமே அயன் அருளிய சாபத்தைத் திரிசடை நன்றாக அறிந்திருந்தாள்; அச் சாபத்தின் வரலாற்றையும், வலிமையையும் சீதையிடம் எடுத்துரைத்து, அம்மங்கையின் மனத்துயரை மாற்றினாள். அச்சாபத்திற்கு அஞ்சியே அரக்கன் தன் மெய் தொடாது தானிருந்த நிலத்தை அகழ்ந்தெடுத்து அசோகவனத்தில் வைத்தான் என்னும் உண்மையைச் சீதை அறிந்து கொண்டாள். இவ்வாறு தனக்கு உயிர் அளித்த தோழியின் கருணையை,

"அன்ன சாபம் உளதென ஆண்மையான்
மின்னு மௌலியன் மெய்மையன் விபீடணன்
கன்னி என்வயின் வைத்த கருணையால்
சொன்ன துண்டு துணுக்கம் அகற்றுவாள் "

என்று சீதை அநுமனிடம் மனமாரப் புகழ்ந்து போற்றினாள்.

சஞ்சலத்தால் நைந்த சீதையின் நெஞ்சினைத் தேற்றி அம்மங்கைக்குப் புத்துயிரளித்த பெருமை திரிசடைக்கே உரியதென்னும் உண்மையை அசோக வனத்தில் அறிந்த அநுமன் அளவிறந்த ஆனந்த முற்றான்.

இன்பமும் துன்பமும் கலந்த இவ்வுலக வாழ்க்கையில் உற்றார் உறவினருடன் உள்ளங் கலந்து பேசுந்தோறும் துன்பம் குறையும்; இன்பம் அவரொடு பேசுந்தொறும் நிறையும். ஆகவே, துன்பத்தைக் குறைத்தற்குத் துணைவர் வேண்டும் என்றும், எவரிடமும் எடுத்துரையாது மனத்தகத்தே அடைத்து வைத்த துன்பம் இதயத்தைப் பிளக்கும் ஆற்றல் வாய்ந்த தென்றும் அறிந்தோர் கூறுவர். பொறுக்க லாற்றாத பெருந்துயர் அடைந்த சீதை அத்துன் பத்தைத் தன் தோழியிடம் சொல்லி ஆற்றிய தன்மையாலேயே ஆவி தாங்கியிருந்தாள் என்பது இனி தறியப்படும்.

இரவும் பகலும் இராமனையே எண்ணி ஏங்கிய சீதை ஒரு நாள் சில மெய்க் குறிகள் கண்டு மயங்கினாள். தன் இடக்கண்ணும் தோளும் புருவமும் துடிக் கக்கண்ட திருமகள் தலைவனுக்கு என்ன நேருமோ என்றஞ்சி, அன்னை போல் விளங்கிய தோழியை அன்பொடு நோக்கி. அம்மையே! முன்னால் முனிவரொடும் தம்பியோடும் என் காதலன் மிதிலைமா நகரில் வந்தபோது என் இடப்புருவமும் தோளும் கண்ணும் துடித்தன; அப்பால் என் ஆவி நாயகன் நாடு துறந்து காடுபுகுந்த நாளில் வலக்கண்ணும் தோளும் புருவமும் துடித்தன ; பின்பு நஞ்சனைய இலங்கை அரக்கன் என்னை வஞ்சனையால் கவர்ந்த நாளிலும் வலம் துடித்தது; இப்போது வலப்புறம் துடியாது இடப்புறம் துடிக்கின்றது; இதனால் என்ன நேருமோ என்று அஞ்சுகிறேன்; இதன் உண்மையை ஆராய்ந்து சொல்வாய்" என்று வினயமாக வினவினாள். திருமகள் கூறிய சொற்களை அமையக்கேட்ட தோழி அகமகிழ்ந்து, அருமருந்தே! உன் அருமை நாயகன் இங்கு விரைவில் வருவான் என்பதை இக் குறிகள் அறிவிக்கின்றன.

நான் கண்ட கனவும் உனக்கு நற்காலம் விரைவில் வருமென்று நன் குணர்த்துகின்றது. எந்நாளும் துயிலுறாத நான் நேற்றுச் சிறிது கண்ணயர்ந் திருக்கையில் கனவொன்று கண்டேன். இலங்கையின் வேந்தன் சிவந்த ஆடையணிந்து, தலையில் எண்ணெய் பூசி, பேய் பூண்ட தேர் மேலேறித் தென் திசை நோக்கிச் சென்றான். அவ்வேந்தன் மக்களும் சுற்றமும் மற்றைய அரக்கரும் அங்ஙனமே தென்திசை நோக்கிச் சென்றார்கள். அரக்கர்கோன் ஆதரித்து வளர்த்த அசோக வனம் அழகிழந்து அழிந்தது. 'பொன் கொண் டிழைத்து மணியைக்கொடு பொதிந்த மன்னன் மாளிகை இடியுண்டு பொடியாய் விழுந்தது. பிடிகள் மதம் பொழிந்தன. பேரிகைகள் அடிப்பாரின்றியே இடிபோல் முழங்கின. கருமேகங்கள் வெடிபட அதிர்த்தன. விண்மீன்கள் உதிர்ந்தன. ஞாயிறு பிளந்து எரிந்தது. கல்லெனத் திரண்ட இலங்கை வீரர் புயங்களில் விளங்கிய கற்பகமாலை நறுமணம் கமழாது புலால் நாற்றம் கான்றது. இலங்கை மாநகரிலே தீப்பற்றியது. வாடாவிளக்குகள் அவிந்தன. தோரண கம்பங்கள் ஒடிந்தன. பூரண கும்பங்கள் மதுக்குடம்போற் பொங்கின. வேழங்களின் வலிய கொம்புகள் முறிந்து விழுந்தன. மதியினைப் பீறி மின்னொளி யெழுந்தது. கருமேகங்கள் குருதிமழை பொழிந்தன. அரக்க மங்கையர் கழுத்திலமைந்த மங்கல நாண்கள் அறுந்து விழுந்தன. மயன் மகளா கிய மண்டோதரியின் அழகிய கூந்தல் அவிழ்ந்து அருகேயிருந்த விளக்கில் வீழ்ந்து எரிந்து கருகிற்று. புலிக்குழாத்தின் நடுவே வந்த இரண்டு அரிகள் இலங்கையின் மத கரிகளை வளைந்து போர் செய்து கொன்றன. இந்நகரினின்றும் ஓர் அழகிய மயில் வெளியே சென்றது. ஒளியமைந்த திருமகள் தன் கையில் மணி விளக்கேந்தி இலங்கைநாதன் மாளிகையினின்றும் வெளிப்பட்டு என் தந்தையின் மாளிகை புகுந்தாள். அந்நிலையில் என்னை நீ எழுப்பி விட்டாய்" என்று தான் கண்ட கனவை விரிவாக எடுத்துரைத்து வணங்கி நின்றாள். இவ்வாறு கண்ட கனவினால் இலங்கை மாநகரம் அழியும் என்றும் அரக்கரெல்லாம் இறந்தொழிவர் என்றும், சீதை சிறையினின்றும் மீள்வாள் என்றும், திரிசடையின் தந்தை

இலங்கைக்கு மன்னன் ஆவான் என்றும் தெளிந்து இருவரும் மனமகிழ்ந்தார்கள். அரக்கியர் கொடுமையால் ஆற்றொணாத் துயர் அடைந்த மங்கைக்கு அக்கனவே அருமருந்தாக அமைந்தது. நாயகனைக் காணலாமென்னும் காதலால் நங்கை, அரக்கர் செய்த புன்மை எல்லாம் பொறுத்து ஆவி காத்து அமைந்தாள்.

திருமகளைத் தன் தீய கருத்துக்கு இசைவிக்கக் கருதிய இலங்கை வேந்தன், நயத்தால் தன் கருத்து முற்றுப் பெறாதென்றறிந்து, பயத்தால் அம்மங்கையைப் பணிவிக்க எண்ணினான்; "அயோத்திமா நகரில் அருந்தவம் புரியும் பரதனையும், மிதிலைமா நகரில் அரசு புரியும் மன்னனையும் வென்று வேரறுப்பேன்" என்று ஒரு நாள் வஞ்சினம் கூறினான்; மாயையால் ஓர் அரக்கனை மிதிலை அரசன் போல் ஆக்கி, அவனைப் பாசத்தாற் பிணித்துச் சீதையின் கண்ணெதிரே கொண்டு வருமாறு ஆணையிட்டான். அரக்கன் மாயத்தை அறியாத சீதை, மாயத் தந்தையை உண்மைத் தந்தை என்றெண்ணி மயங்கி அழுதாள்; கைகளை நெரித்தாள்; கண்ணை மோதினாள். நெருப்பில் விழுந்த மலர் போல் வாடிச் சுருண்டாள்; ஏங்கினாள்; நடுங்கினாள்; "ஐயோ! தந்தாய்! என்னால் உனக்கும் இத்துன்பம் வந்ததோ! மன்னர் மன்னனாய் மதிக்கப் பெற்ற நீ, அரக்கன் பாசத்தில் அகப்பட்டு மானமிழந்து உயிர் வாழ்தல் ஆகுமோ! பெண்ணைப் பெற்ற பாவத்தால் இப்பெரும் பழியைப் பெற்றாய். என் சிறையும் உன் சிறையும் நீக்குவார் எவரையும் காண்கிலேனே!" என்று ஏங்கி அழுதாள். இவ்வாறு தன் தந்தையின் துயர் கண்டும் மனம் திரியாத சீதையின் திண்மையைக் கண்ட அரக்கர்கோன் அம் மாய மன்னனைச் சிறையிடப் பணித்தான். தன் தந்தையென வந்த மாயனும், இரக்க மற்ற இராவணனும் மறைந்த பின்னர், சீதை அருந்துயரில் ஆழ்ந்தாள்; தந்தைக்கு நேர்ந்த மானத்தை எண்ணி மனமுடைந்தாள்; தலைவனும் தந்தையும் தன்னால் அடைந்த பகையையும் பழியையும் நினைந்து நைந்தாள்; அந்நிலையில் திரிசடை திருமகளை அன்போடு நோக்கி இசையினுமினிய சொற்களால்,

“அன்னமே உன்னெதிரே சற்று முன் வந்தவன் உன் தந்தை அல்லன்; இங்குள்ள அரக்கரெல்லாம் மாயையில் மிக வல்லவர்; அவ்வரக்கருள் ஒருவனாய மருத்தன் என்பவனே மாயையால் உருவம் மாற்றி மிதிலை மன்னனென வந்தான்; ஆதலால் உன் தந்தை மானமழிந்தான் என்று மனம் வருந்தாதே" என்று கூறி மயக்கம் தெளிவித்தாள். இதனை,

"உந்தை யென்று உனக்கெதிர் உருவமாற்றியே
வந்தவன் மருத்தனென்றுளன் ஓர்மாயையான்
அந்தமில் கொடுந்தொழில் அரக்கனாமெனச்
சிந்தையில் உணர்த்தினள் அமுதின் செம்மையாள்"

என்று கம்பர் அழகுறக் கூறியுள்ளார். திரிசடை கூறிய சொற்களால் மனந்தேறி மங்கை ஒருவாறு துயரம் தீர்ந்தாள்.

இவ்வாறிருக்கையில் இலங்கை வேந்தன் சேனைக்கும் இராமவீரன் சேனைக்கும் இலங்கைமா நகரிற் கடும்போர் நிகழ்ந்தது. வில்லின் செல்வனாய மேக நாதன் விண்ணிலே மறைந்து நின்று வெம்மையும் கொடுமையும் நிறைந்த மலரோன் படையை மாற்றார் மீது ஏவினான். அப்படை வலியால் இலக்குவன் முதலிய எல்லா வீரரும் அடியுண்டு மண்மேல் விழுந்தார்கள். வீரர் அனைவரும் மடிந்து கிடக்கக் கண்ட இராமனும் மனங் கலங்கி மயங்கி மண்ணிடைச் சாய்ந்தான். பகைவர் அனைவரும் தன் படைக்கலத்தாற் பாழாயினர் என்று அறிந்து மகிழ்ந்த மேகநாதன், நிகழ்ந்த செயல்களை இலங்கை வேந்தனிடம் எடுத்துரைத்தான். அப்போது மன்னனும் மைந்தனை மெச்சி எல்லையற்ற இன்பமுற்றான்.

அமர்க்களத்தில் இறந்து கிடந்த இராமனைச் சீதை தன் கண்களாற் காணின் இனி உய்யும் வழி இல்லை யென்றறிந்து தன்னைக் கணவனாக ஏற்றுக்கொள்வாள் என்று எண்ணிய இலங்கை வேந்தன் அத் திருமகளை அழைத்துச் சென்று அமர்க்களத்தைக் காட்டுமாறு அரக்கியர்க்கு ஆணை செய்தான். அங்ஙனமே சீதையை ஒரு விமானத்திலேற்றி

இராமன் மயங்கிக் கிடந்த இடத்திற்கு இரக்கமற்ற அரக்கியர் கொண்டு சென்றார்கள். திரிசடையும் சீதையுடன் விமானத்திற் சென்றாள். மயங்கிக் கிடந்த நாயகனையும் மற்றைய வீரரையும் கண்ட சீதை, அனைவரும் இறந்தார் என்று எண்ணி, நஞ்சுண்டவள் போல் நடுங்கி அழுதாள். கல்லும் புல்லும் கரைந் துருக அம் மங்கை அழுதபோது பெண்மணிக ளெல்லாம் அழுதனர்.

"மங்கை யழலும் வானாட்டுமயில்கள்
அழுதார் மழவிடையோன்
பங்கிலுறையும் குயிலழுதாள்
பதும மலர்மேல் மாதழுதாள்
கங்கையழுதாள் நாமடந்தை யழுதாள்
கமலத் தடங்கண்ணன்
தங்கையழுதாள் இரங்காத அரக்கிமாரும்
தளர்ந் தழுதார்"

என்று கவிஞர் கூறுமாறு விண்ணுலக மாதரும், மண்ணுலக மாதரும் இரங்கி அழுதார்கள். தலைவன் இறந்த பின் உயிர்வாழ இசையாத சீதை அந்நிலையே நாயகன் மீது விழுந்து ஆவி துறக்கத் துணிந்தாள். அப்போது அருகே நின்ற திரிசடை அம்மங்கையைத் தழுவிப் பற்றி, சுற்றி நின்ற அரக்கியரை எல்லாம் விலக்கி, அருந்துயரில் ஆழ்ந்த திருமகளை நோக்கி, 'அம்மா! இதுவும் அரக்கர் மாயமென்றறிவாய்!, முன்னமே மாயமான் விடுத்ததும், பின்பு மிதிலை மன்னனை வகுத்ததுவும் மாயம் என்று அறிந்தாய் அல்லையோ ?"

"மாயமான் விடுத்தவாறும் சனகனை வகுத்தவாறும்
போயமா நாகபாசம் பிணித்தது போனவாறும்
நீயமா நினைவாய் மாள நினைதியோ நெறியிலாரால்
ஆயமா மாயமொன்றும் அறிந்திலை அன்னம் அன்னாய்"

"அன்றியும் நாம் கண்ட கனவும், நன்னிமித்தமும் பழுதாகுமோ? அறம் வெல்லும் பாவம் தோற்கும் என்னும்

அறவுரையும் பொய்க்குமோ? அண்டர் நாயகனான இராமனது வீரத்தன்மையை அயர்க்கலாமோ? மெய்ப்பொருளாய அப் பெருமானுக்கும் அழிவு நேருமோ? இராமன் அழிந்தால் இவ்வண்ட கோளம் பிளக்கும் அன்றோ? ஆதவனும் நிலைகுலையு மன்றோ? மலரோன் படைவலியால் வீரர் அனைவரும் மயங்கினரே யல்லால் மாண்டாரல்லர்; இம்மயக்கம் தீர்ந்து இன்னும் இறைப் பொழுதில் எழுவார்கள். ஆதலால் மனம் வருந்தாதே" என்று திருமகளைத் தேற்றினாள். அப்பொழுது சீதை சிறிது சிந்தித்து அன்பு நிறைந்த தோழியை அமர்ந்து நோக்கி,

"அன்னை நீ உரைத்த தொன்றும்
அழிந்திலது ஆதலானே
உன்னையே தெய்வமாகக் கொண்டு
இத்தனை காலம் உய்ந்தேன்
இன்னம் இவ் இரவுமுற்று மிருக்கின்றேன்
இறத்தல் என்பால்
முன்னமே முடிந்ததன்றே"

என்று மாற்றமுரைத்து ஒருவாறு மயக்கம் தீர்ந்தாள். அந் நிலையில் சோகத்தாளாய சீதையை மீண்டும் விமானத்தில் ஏற்றி அசோகவனத்திற் கொண்டு சேர்த்தார்கள்.

அப்பால் அநுமான் மருத்துமாமலை எடுத்து வந்த போது மலரோன் படையால் மயங்கிய வீரர் எல்லாம் முன்போல எழுந்து ஆரவாரித்தனர். அப் பேரொலியைக் கேட்ட நிலையில் திரிசடை கூறிய மொழிகளை நினைந்து திருமகள் அகமும் முகமும் மலர்ந்தாள். பகைவரெல்லாம் அழிந்து ஒழிந்தனர் என்று செம்மாந்து களியாட்டயர்ந்த இலங்கை மன்னனும் மற்றைய அரக்கரும் காலைக் குமுதம் போல் கூம்பினார்கள். முன்போலவே இப்பொழுதும் இலங்கைக் கன்னியின் சொல் அழியாமை கண்டு சீதை மனங் களித்து நாயகனைக் காணலாம் என்னும் காதலால் ஆவி காத்து அமைந்தாள். இவ்வாறு தனக்குத் தோழியாயமைந்த கன்னியை அன்னையாகவும், காக்கும் தெய்வமாகவும்

கொண்டு புனையா ஓவியம் போல் இலங்கையில் உயிர் வாழ்ந்தாள் சீதை.

இலங்கைப் போரில் எண்ணிறந்த அரக்கரும். மேகநாதனும், இராவணனும் மடிந்த பின்னர்ச் சீதையைச் சிறையினின்றும் அழைத்து வருமாறு இராம அநுமனை அனுப்பினான். செந்தீயில் மூழ்கி எழுந்து மாசற்ற கற்பின் பெருமையை உலகெலாம் அறியக் காட்டிய சீதை, தன் ஆருயிர் நாயகனுடன் அயோத்திமா நகரம் செல்லப் புறப்பட்டபோது, இலங்கைக் கன்னியாய தோழியை நோக்கி, "அன்னையே! இந் நகரில் இணையற்ற அணங்காக எந்நாளும் இனிது வாழ்க" என்று மையறு மனத்தால் வாழ்த்திப் பிரியாவிடை பெற்றுப் போயினாள்.

பல்வகைச் செல்வமும் பல்கி யோங்கிய இலங்கை மாநகரில் தந்தையாய விபீடணன் மன்னனாக விளங்க, கனிந்த மனம் வாய்ந்த கன்னி, செம்மை சான்ற சீதையைச் சிந்தையிலமைத்து, ஒரு சடையளாய்த் தவஞ் செய்த திருமகளைக் காத்த திரிசடை என்று உலகோர் போற்ற இலங்கை அணங்காக இனிது வாழ்ந்தாள்.

13. அரக்கர் கோன் தங்கை

இலங்கை மா நகரம் ஒரு மங்கையால் அழிந்த தென்று யாவரும் அறிவர். கற்பிற் சிறந்த சீதையைச் சிறைசெய்த தீமையால் பேரழகு வாய்ந்த இலங்கையை அரசாண்ட இராவணன் அழிந்தான் என்பது உண்மையே. ஆயினும் இலங்கேசன் தங்கையாகத் தோன்றிய மங்கையே தமையனுக்குக் கூற்றாக அமைந்தாள் என்று கூறுதல் மிகையாகாது.

அரக்கர்கோன் தங்கையாய சூர்ப்பநகை தன் மனத்துக் கிசைந்த ஓர் அரக்கனை மணந்து இலங்கா புரியில் இனிது வாழ்ந்தாள். விதியின் விளைவால் இராவணன் அவ்வரக்கனை அமர்க்களத்தில் இனந் தெரியாது வாளால் எறிந்து கொன்றான். கணவனை இழந்த காரிகை அமர்க்களம் போந்து, மண்மீது கிடந்த தன் மணாளனைக் கண்டு அலறி அழுதாள். கொல்லாத மைத்துனனைக் கொன்ற பொல்லாத தமையன்மீது தள்ளரிய சீற்றங் கொண்டு,

"முன்னமே தான் என்னை
முறைமையாலே கொடுத்துப்
பின்எனை நூல் இழப்பித்த
இராவணனாம் என் தமையன்
தன்னைமூ வுலகாள
யான் கண்டு தாரவுணர்
மன்னனே உடல் சுமந்து
வாழ்வேனோ வாழ்வேனோ"

என்று வாய்விட்டு அரற்றினாள். தரைமீது கிடந்த தன் காதலனை நோக்கி, "ஐயனே! என் தமையன் செய்த தீமையை மறப்பேனோ ? அவன் உலகாள நான் உன்னை இழந்து உடல்

சுமந்து வாழ்வேனோ?' என்று அரக்கர்கோன் தங்கை அலறிய மொழிகளில் பழிக்குப் பழிவாங்கக் கருதிய அப்பாவையின் உள்ளம் பளிங்கு போல் விளங்கக் காணலாம். இவ்வாறு கன்றிய மனத்தினளாய்க் கதறிய சூர்ப்பநகை போர் வேந்தன் வீற்றிருந்த பொன்மனையிற் புகுந்து தன் குறையை முறையிட்டாள். விரித்த குழலொடும், வெறுங் கழுத்தொடும் பொடியிற் கிடந்து புரண்டு அழுத தங்கையைப் பலவாறு தேற்றி, தண்டக வனத்திற் சென்று வாழுமாறு தசமுகன் பணித்தான்.

தமையன் ஆணையை மேற்கொண்டு தண்டக வனம் சென்ற மங்கை, அவன் இழைத்த தீமையை இறையளவும் மறந்தாளல்லள்; தன்கணவனைக் கொன்ற தசக்கிரீவனது பத்துத் தலைகளையும் அறுத்துப் பழிவாங்கக் கருதியிருந்தாள். பிறர் செய்த நன்மை தீமைகளை மறக்கும் மனப்பான்மை பெரும்பாலும் அரக்கரிடமில்லை; பிறர் செய்த நன்றியை ஒருநாளும் மறவாது போற்றுவர்; அவ்வாறே பிறர் செய்த தீமையையும் எந்நாளும் மறவாது பழிக்குப் பழி வாங்க முனைந்து நிற்பர். தவறிழைத்தவர் உற்றாராயினும் உறவினராயினும் தீமையை மறக்கும் மனப்பான்மை அரக்கர்பால் இல்லை. இத்தகைய குல ஒழுக்கம் ஆடவர் மாதரென்னும் இருபாலரிடத்தும் அமைந்து விளங்கிற்று.

கறுவிய மனத்தோடு தண்டகவனத்திற் சூர்ப்ப நகை வாழ்ந்து வருகையில் கல்லெனத் திரண்ட தோளில் கார்முகந் தாங்கிய இராமன் பஞ்சவடி என்னும் பருவச் சோலையில் வந்து சேர்ந்தான்.

அவ் அஞ்சன வண்ணனைக் கண்ட அரக்கியைக் கம்பர் வருணிக்கும் முறையை அறியத் தக்கதாகும்.

"நீலமா மணிநிற
நிருதர் வேந்தனை
மூலநா சம்பெற
முடிக்கும் மொய்ம்பினாள்

மேலைநாள் உயிரொடும்
பிறந்து தான்வினை
காலமோர்ந்து உடனுறை
கடிய நோயனாள் ”

பஞ்சவடியில் இராமனைக் கண்டாள் என்று கவிஞர் கூறுகின்றார். உடன் பிறந்தே கொல்லும் நோய் போல் இலங்கை வேந்தன் உடன் பிறந்து அவனைக் கொல்ல நின்ற தங்கையின் கொடுமையைக் கவிஞர் நன்கு அருளிப் போந்தார். நிருதர் குலத்தை வேரறுக்கும் வலிமை சான்றமங்கை, எழுதரிய எழில் நலம் புனைந்து இராமன் கண்ணெதிரே தோன்றிய கோலத்தை,

"பஞ்சி யொளிர் விஞ்சு குளிர்
பல்லவ மனுங்கச்
செஞ்செவிய கஞ்சநிமிர்
சீறடிய ளாகி
அஞ்சொலிள மஞ்ஞையென
அன்னமென மின்னும்
வஞ்சியென நஞ்சமென
வஞ்சமகள் வந்தாள்”

என்று மெல்லிசை வண்ணமாகக் கவிஞர் எழுதிக் காட்டினார். மூவுலகையும் ஒரு குடைக்கீழ் ஆண்ட முன்னவனையும், அடல் கடந்த அரக்கர் குலத்தையும், வேரோடு அழிக்கவல்ல அரக்கியை, உலகை விழுங்கும் நஞ்சுக்கு உவமை கூறிய முறை சால அமைவுடைய தாகும். இங்ஙனம் எழில் போர்த்து வந்த மங்கை, இராமனைக் கண்டு மையலுற்று, மானபங்கமடைந்து இராவணன் வீற்றிருந்த இலங்கைமா நகரம் போந்து, சீதையின் பேரழகினை மணி மொழிகளால் இசைத்தாள். இயற்கையிலேயே சிற்றின்ப வெறி கொண்ட இலங்கேசன், தங்கையின் வாயிலாக அறிந்த மங்கையின் அங்க நலங்களையே நினைந்து வாடினான்; மாயத்தால் அம் மங்கையைக் கவர்ந்து தன் மணி நகரிற் சிறை வைத்தான்;

அக்காரிகையின் கற்பழலால் முக்கோடி வாழ்நாளும் முடிந்து உயிர் துறந்தான்.

இவ்வாறு இலங்கேசன் உள்ளத்தில் காத லென்னுங் கடுநெருப்பை வளர்த்து, இராமன் அம்பால் அம் மன்னனைக் கொல்வித்த அரும்பணி, அரக்கர் குலத்துதித்த மங்கைக்கே உரியதாயிற்று. தன் கணவனைக் கொன்ற தமையன் உயிரைக் கவர்வதாக வஞ்சினம் பூண்ட தங்கையின் வஞ்ச மனத்தினை. விளங்கிய அறிவு வாய்ந்த விபீடணன் ஐயந்திரிபற அறிந்திருந்தான்.

" கொல்லாத மைத்துனனைக்
கொன்றாய் என்றது குறித்துக்
கொடுமை சூழ்ந்து
பல்லாலே இதழதுக்கும்
கொடும்பாவி நெடும்பாராப்
பழி தீர்ந்தாளே "

என்று இலங்கை அறிஞன், இறந்து கிடந்த இலங் கேசனை நோக்கிப் புலம்பும் மொழிகளில் தங்கையின் மனப்பான்மை நன்கு விளங்கக் காணலாம். தமையன் தனக்கு இழைத்த கொடுமையை மறவாது மனத்தில் வைத்து, அவன் உயிருக்கு உலைவைத்த அரக்கியைக் 'கொடும்பாவி' என்று கலையறிந்த நல்லான் கூறினான்.

வெஞ்சினம் பூண்ட இலங்கேசனை அழிப்பதாக வஞ்சினம் கொண்ட அரக்கியை, "பல்லாலே இதழ் அதுக்கும் கொடும்பாவி" என்று குறித்தான்; தமையனைக் கொல்லுமளவும் கறுவிய மனத்தொடு வாய் மடித்துப் பழி வாங்கக் கருதிய பாவை, இலங்கேசன் இறந்த நாளில் நெடும்பழி தீர்த்தாள் என்று மெய்யுணர்ந்து உரைத்தான்.

இவ்வாறு, இலங்கை, அறிஞன் மெய்யுணர்வால் அறிந்து கூறிய உண்மையை மாசற்ற கற்பமைந்த மண்டோதரி மெல்லிய முறையில் உணர்த்தும் திறம் அறியத்தக்கதாகும். நாடாளப் பிறந்த இராமன் கானாள நிலமகளைக் கைவிட்டுச்

சென்றதும், கற்பினுக் கணியாய சீதை, பருந்தின் வழிச் செல்லும் நிழல் போல் கணவன் பின்னே சென்று கானகம் போந்ததும், வஞ்ச மகளாய சூர்ப்பநகை பஞ்சவடிச் சாலையில் அஞ்சன வண்ணனைக் காதலித்து மானபங்க முற்றதும், மூக்கிழந்த மங்கையின் மொழி கேட்டுக் கற்பின் கனலியாய சீதையைக் காவலன் கவர்ந்து சிறை செய்ததும், புரந்தரன் முதலிய வானவர் இயற்றிய பெருந்தவத்தின் பயனாக நிகழ்ந்தன வென்று மாசற உணர்ந்த மண்டோதரி,

"காந்தையருக் கணியனைய
சானகியார் பேரழகும்
அவர்தம் கற்பும்
ஏந்துபுயத் திராவணனார்
காதலும் அச் சூர்ப்பநகை
இழந்த மூக்கும்
வேந்தர்பிரான் தயரதனார்
பணியினால் வெங்கானில்
விரதம் பூண்டு
போந்ததுவும் கடைமுறையே
புரந்தரனார் பெருந்தவமாய்ப்
போயிற் றம்மா"

என்று சோகத்தாற் கூறும் சொற்கள் பொருள் நயம் வாய்ந்து விளங்கக் காணலாம். அழகின் வரம்பாகவும் கற்பின் அணிகலமாகவும் விளங்கிய சீதையைச் 'சானகியார்' என்று மண்டோதரி சிறப்பித்தாள்; இறந்து கிடந்த இலங்கேசனை 'இராவணனார்' என்று ஏத்தினாள்; கோசல நாட்டைக் குற்றமறப் புரந்த கொற்றவனை 'தயரதனார்' என்று குறித்தாள்; பெருந் தவமியற்றிய வானவர் தலைவனைப் 'புரந்தரனார்' என்று புகழ்ந்தாள். இவ்வாறு பெருமைக்குரியாரை யெல்லாம் பெருமை சான்ற முறையிற் குறித்த மண்டோதரி தன் கணவன் தங்கையைக் குறிக்கும் பொழுது 'அச் சூர்ப்பநகை' என்று சுட்டி உரைக்கும் முறை உய்த்து உணரத்தக்கதாகும். பல பல நினைந்து சில சிலவே சொல்லும் சீலம் வாய்ந்த மண்டோதரி, தமையனைக் கொல்லத் தலையெடுத்த தங்கையின்

கொடுமையை நினைந்து நெஞ்சங் கருத்து வருந்தினாள் என்று கூறுதல் மிகையாகாது. ஆகவே, மூவுலகும் வென்று முட்டின்றி முறை செய்த காவலனும், அவன் கடி நகரும் அழிவதற்கு அவ் வேந்தன் தங்கையே கருவியாக அமைந்தாள் என்னும் உண்மை, ஆராய்ந்து அறிவார்க்கு இனிது விளங்கும்.

14. சிறையிருந்த செல்வி

பூவினை வெறுத்து, அயோத்தி மன்னன் பொன்மனை புகுந்து, கணவனுடன் நாடு துறந்து, காடு புகுந்த மிதிலைச் செல்வியை, இலங்கை வேந்தன் தங்கை தன் கண்களால் நோக்கினாள். பெண்களும் பேதுறும் பேரழகு வாய்ந்த அப் பெருமாட்டியைப் பஞ்சவடியிலே கண்ட பொழுது

"கண்பிற பொருளிற் செல்லா
கருத்தெனில் அஃதே கண்ட
பெண்பிறந் தேனுக் கென்றால்
என்படும் பிறருக் கென்று"

அரக்கர்கோன் தங்கை திகைத்து நின்றாள். பின்னர் மானபங்கமடைந்த அம்மாது இலங்கைமா நகரில் இணையற்ற வேந்தனாக விளங்கிய தமையனிடம் தன் குறையை முறையிடும் வாயிலாகச் சீதையின் செவ்விய நலத்தைச் சிறிது சொல்லியும், சொல்லாமல் மறைத்தும், அரக்கன் மனத்தில் ஆசையென்னும் அனலை மூட்டினாள். "ஐயனே! அம் மங்கையின் தோள் அழகைச் சொல்வேனோ ? அன்றி அவள் ஒளி பொருந்திய முகத்தில் உலாவுகின்ற வாளனைய கண்களைச் சொல்வேனோ? மற்றைய அங்கங்களின் மாண்பைச் சொல்வேனோ மங்கையின் நலங்களைக் கண்டு மனம் திகைப்பதல்லால் அவை சொல்லுந் தகையனவோ? அன்றியும் நீ நாளையே சென்று அந் நலங்களைக் காண்பாயாதலின் நான் சொல்வதும் மிகையன்றோ" என்று வீரன் தங்கை வினயமாக மொழிந்தாள். மேலும் மையலில் ஆழ்ந்த மன்னனை நோக்கி "ஐயனே! அம் மங்கையின் நுதலை வில்லென் றாலும், விழியை வேலென்றாலும், பல்லை முத்தென்றாலும், இதழைப்

பவழமென்றாலும், சொல் ஒக்குமே யன்றிப் பொருள் ஒவ்வாது. ஒப்புமையில்லா அவ்வங்க நலங்களுக்கு உவமையும் சொல்ல இயலுமோ?" என்று மூக்கிழந்த மங்கை மிக நயமாகப் புனைந்துரைத்தாள். அம்மொழிகளைக் கேட்ட மன்னன், தங்கையின் பொருட்டு அமர் புரிந்து ஆவி துறந்த கரனையும் மறந்தான்; மானபங்கமுற்ற தங்கையால் தனக்கு நேர்ந்த கடும் பழியையும் மறந்தான்; வலிமை வாய்ந்த கோசல வீரனது வரிசிலையின் திறலையும் மறந்தான்; நிறையமைந்த மாதரை முறையிகந்து தீண்டினால் தலை வெடிக்குமென்று அயனார் அருளிய சாபத்தையும் மறந்தான்; செவியாரக் கேட்ட சீதையை மறவாது தன் உள்ளத்தில் அழகொழுக எழுதி, அவ்வுயிர் ஓவியத்தைக் கண்டு உளம் களித்தான். அழகிற் சிறந்த அம் மங்கையை அசோக வனத்தில் சிறை வைப்பதற்கு முன்னே, அரக்கர் கோன் தன் மனச் சிறையில் வைத்து மகிழ்ந்தான்.

" மயிலுடைச் சாயலாளை
வஞ்சியா முன்னம் நீண்ட
எயிலுடை இலங்கை நாதன்
இதயமாம் சிறையில் வைத்தான்"

என்று கம்பர் அரக்கன் செயலை அமைவுறக் கூறி அருளினார். இவ்வாறு, பூவினை நீந்து வந்த புனித நங்கை அரக்கன் புன் மனம் புகுந்தாள்.

தங்கையின் வாயிலாகக் கேட்ட மங்கையை மனத்தில் வைத்த மன்னவன், அவள்நலங்களையே நினைந்து நினைந்து நலிவானாயினன்; காதலின் வெம்மையைத் தாங்கமாட்டாது கலங்கினான். மணங்கமழும் மல்லிகைத் தென்றல், மன்னன் மேனியை வெதுப்பியது. தண்மை வாய்ந்த விண்மதியும் வெம்மை விளைத்தது. இவ்வாறு மையல் நோயால் நையலுற்ற இலங்கை மன்னன் தன் மாமனான மாரீசனை மாய மானாக அனுப்பி மங்கையின் மனத்தை மயக்கி, வீரர் இருவரும் இல்லாதபோது மாயத்தால் சீதையைக் கவர்ந்து இலங்கைமா நகரில் ஓர் அழகிய சோலையிற் சிறை

வைத்தான். இங்ஙனம் நஞ்சனைய இலங்கை நாதன் மனத்திலும் மனையிலும் புகுந்து சிறுமை எய்திய தன் நிலையினை நினைந்து சிந்தையழிந்த சீதை, "அந்தோ! பொன் மானாக வந்த மாயமானைக் கண்டு மயங்கி, அதனைப் பற்றித் தருமாறு என் தலைவனை அனுப்பினேன்; மானைத் தொடர்ந்து சென்ற மன்னனுக்குத் தீங்கு நேர்ந்த தென்று தவறாக எண்ணி, மனம் பதைத்து, காத்து நின்ற இளைய வீரனைக் கடிந்து கணவன் போனவழியே போக்கினேன், இவ்வாறு, எவரும் துணையின்றி எளியளாக நின்ற என்னைக் கள்ள அரக்கன் கவர்ந்து கடுஞ்சிறையிலிட்டான். நிறையமைந்த மாதர் பிறர் நெஞ்சு புகார் ஆதலின் இலங்கை வேந்தன் மனத்திலும் மனையிலும் புகுந்த என்னை இனி உலகம் ஏற்குமோ ?" என்று உலைந்து வருந்தினாள்.

"வஞ்சனை மானின்பின் மன்னைப் போக்கி என்
மஞ்சனை வைதுபின் வழிக்கொள் வாயென
நஞ்சனை யான் அகம் புகுந்த நங்கையான்
உஞ்சனன் இருத்தலும் உலகம் கொள்ளுமோ"

என்று கம்பர் அருளிய கவிதையில் சீதையிருந்த அகச்சிறையும் புறச்சிறையும் ஒருங்கறியலாகும்.

கருங்கடல் சூழ்ந்த இலங்கைமா நகரில் கற்பக தருக்கள் நிறைந்த கனகச் சோலையில், மெலிந்த மேனியோடும், கலங்கிய கண்களோடும் சிறையிருந்த செல்வியை விடுவித்துத் தன் வீரத்தையும் மானத்தையும் காக்குமாறு, இராமன் வலிமைசான்ற தம்பியோடும் வானரத் துணைவரோடும் அரக்கர் நாட்டிற் போந்து போர் புரிந்து அவர் வெங்குலத்தை வேரறுத்தான். இலங்கை நாதனும் அயோத்தி அண்ணலும் நெடும் பொழுது கண்டவர்க்கன்றிக் கேட்டார்க்கு உரைப்பரிய கடும்போர் நிகழ்த்தினார்கள். விலக் கலாத விதியின் விளைவால் இலங்கைவேந்தன் ஆவி யிழந்து அமர்க்களத்தில் விழுந்தான் ; போர் மகளைத் தழுவிய பொருப்பனைய தோள்களால் பார்மகளைத் தழுவினான்; திருமகள் ஒளியும் கலைமகள் ஒளியும் ஒன்றித் திகழ்ந்த

உயரிய முகங்களை நிலமகள்மீது நெடிது வைத்தான். வாளும் யாழும் தழுவிய வலிய கரங்கள் வெட்டுண்ட வாழை போல் வீழ்ந்து கிடந்தன. இலங்கைநாதனது எழிலார் மேனியை எள்ளிருக்க இடமின்றி இராம பாணம் துளைத்திருந்தது. இக்கோலத்தை மையறு மனத்தளாய மண்டோதரி கண்ணுற்றாள். மரங்களும் மலைகளும் உருக வாய் திறந்து அரற்றினாள்;

"வெள்ளெருக்கஞ் சடைமுடியான் வெற்பெடுத்த
திருமேனி மேலும் கீழும்
எள்ளிருக்கும் இடனின்றி உயிரிருக்கும்
இடம்நாடி இழைத்த வாறோ
கள்ளிருக்கும் மலர்க்கூந்தல் சானகியை
மனச்சிறையில் கரந்த காதல்
உள்ளிருக்கும் எனக்கருதி உடல் புகுந்து
தடவியதோ ஒருவன் வாளி"

என்று மயன்மகள் பன்னிய மொழிகள் பண்பு வாய்ந்தனவாம். தேவர்க்கும் தெரிவரிய தெய்வக் கற்பு வாய்ந்த திருமகளைத் தன் மனச்சிறையில் வைத்த மன்னனது மேனியை அணுவணுவாக ஆராய்ந்து கரந்த காதலைக் கவர்ந்து செல்லக் கருதிய முறையில் வீரன் வாளி தலைமுதல் தாள்வரை எள்ளிருக்கவும் இடமின்றித் துளைத்ததோ என்று மண்டோதரி வாயிலாகக் கவிஞர் கூறும் மொழிகளில் மனச்சிறை மீண்டும் நம் கண்ணெதிரே தோன்றுவதாகும். இன்னும், காவலன் மனத்தில் அழுந்தியிருந்த காதலை அகழ்ந்தெடுத்துச் சீதையை அவன் அகச்சிறையி னின்றும் விடுவிக்கக் கருதி இராமபாணம் தேடித் துருவியதாகக் கம்பர் அமைத்த கற்பனை கற்போர் மனத்தைக் கவர்கின்றது.

அன்றியும் ஒருவனுக்குரிய பொருளைக் களவு செய்த கள்வன் அதனை எவரும் அறியாதவாறு ஒளித்தும் மறைத்தும் பாதுகாக்கும் பான்மைபோல் இராமன் மனைவியாய சீதையைக் களவு செய்த இராவணன் அவ்வரும் பொருளின் அருமையை அறிந்து உள்ளத்தின் கண்ணே ஒளித்துவைத்தான்

என்றும், அவ்வாறு மறைத்து வைத்த இடத்தை அறியாது மெல்ல மெல்ல வீரன் அம்பு தடவித் தடவிச் சென்றது என்றும், கவியரசர் அமைத்த அழகு ஆயுந்தொறும் அளவிலா இன்பம் அளிப்பதாகும். தவமுயன்று அரிதிற் பெற்ற தன் ஆயுளையும் காக்க மனமற்ற மன்னவன், மங்கையின் உருவினை மனத்திடை வைத்துக் காத்தானென்றால் அத்திருமகளை உயிரினும் அருமையாக அவன் காதலித்துப் போற்றினான் என்பது சொல்லாமலே அமையுமன்றோ? இவ்வாறு அம்பினை ஏவி அயலானது அகச் சிறையினின்றும் சீதையை மீட்ட மன்னவன் அநுமனை ஏவி அம் மங்கையை அசோக வனச் சிறையினின்றும் விடுவித் தான். இவ்வாறு இருவகைச் சிறையினின்றும் நீங்கிய நங்கை கற்பினுக் கணியாய் நிலமிசை நீடு வாழ்ந்தாள்.

15. அறமும் மறமும்

வீரமா நகராகிய இலங்கையிலே, கடுங் காற்றுச் சுழன்று வீசுவதில்லை; கதிரவன் வெம்மை புகுவதில்லை; காலன் கொடுமை நிகழ்வதில்லை; வானவர் பகைமை வருவதில்லை; அழியாத் தன்மை வாய்ந்த அறமும் சென்று அடைவதில்லை' என்று கவிஞர் அழகுறத் தொகுத்துரைத்தார்.

"கறங்கு கால் புகா கதிரவன் ஒளி புகா மறலி
மறம்புகாது இனி வானவர் புகார் என்கை வம்பே
திறம்பு காளத்துள் யாவையும் சிதையினுஞ் சிதையா
அறம்புகாது அந்த அணிமதிற் புறத்து நின்று அகத்தின்"

என்று கம்பர் அருளிப் போந்த கற்பனையிலமைந்த கருத்து அறிந்து போற்றத் தக்கதாகும்.

அந்நகரில் மஞ்சு தோய உயர்ந்த மதில்களும் விண்ணளாவிய மாடங்களும் அமைந்திருந்தமையால் கடுங்காற்றின் வேகம் செல்லாதாயிற்று. கோட்டை யமைந்த நகரங்களில் காற்றின் வேகம் குறைந் திருத்தலும், நாட்டுப்புறங்களில் நெடுங்காற்று சுழன்றடித்தலும் இவ்வுண்மையை இனிது விளக்குவன வாகும். ஆகவே, மன்னர் மன்னனாகிய இராவணன் அரசுபுரிந்த மணி நகரில் மெல்லிய தென்றல் தவழ்ந்ததே யல்லால் வேகமாகக் காற்று வீசியதில்லை என்னும் உண்மையைக் கம்பர் நயம்பட எடுத் துரைத்தார்.

இன்னும், நீர்வளமும் நிலவளமும் மிகுந்திருந்த அந்நகரில் எங்கும் நீங்காது நிழல் விரித்த நெடிய சோலைகளும் சாலைகளும் செறிந்திருந்தமையால் கதிரவன் வெம்மை அங்கு செல்லாதாயிற்று. மந்தியு மறியா மரங்கள் செறிந்த மணிப் பூஞ்சோலைகளும், பசுந்தேன் துளிக்கும் பருவப்

பொழில்களும், காலையும் மாலையுமில்லாக் கற்பகக் காக்களும் எம்மருங்கும் பாசிலைப் பந்தர் விரித்தாற் போன்று பரந்திருந்த பான்மையைக் கவிஞர் இங்ஙனம் உணர்த்திப் போந்தார்.

இத்தகைய வளமார்ந்த தலைநகரில் வாழ்ந்த மக்கள் அனைவரும் வயிறார உணவருந்திக் கவலை என்னும் கடும்பிணியை வேரறுத்து, பசியும் நோயும் இன்றிப் பண்புற வாழ்ந்து வந்தார்கள். இவ்வியல்பு வாய்ந்த நாட்டில், இளமையில் முதுமையும், இளமையில் சாவும் இல்லை என்பது வியப்பாமோ? மூவாப் பருவத்திற் சாவாத்தன்மை அந்நகரில் அமைந்திருந் தமையாலே மறலியின் மறம் அம்மணி நகரிற் புகாதென்று கம்பர் புகழ்ந்துரைத்தார். அரும்பும் மலரும், காயும் கனியும் நிறைந்த பூஞ்சோலையில், காற்றின் கொடுமையால் கனிகளேயன்றிக் காய்களும், மலர்களே யன்றி அரும்புகளும் உதிர்ந்து விழுவதுண்டு. அங்ஙனமே பசிநோயும் நச்சு நோய்களும் நடமாடும் நாடு நகரங்களில், பாலரும் பருவமாந்தரும், ஒருங்கே காலன் வாய்ப் புகுதலைக் கண்கூடாகக் காண்கிறோம். இத்தகைய பசியும் பிணியுமின்றி இலங்கைமா நகரில் மக்கள் மெய்த் திண்மையும் மனத் திண்மையும் உடையராகத் திகழ்ந்தமையால், அந்நகரிலே காலன் கொடுமை செல்லாதாயிற்று.

இங்ஙனம் காற்றின் வேகமும், கதிரவன் வெம்மையும், காலன் கொடுமையும் செல்லாத வீரமா நகரில் வானவர் வலிமை செல்லாதாயிற் றென்று சொல்லவும் வேண்டுமோ? இலங்கையில் வாழும் அரக்கரை வானவர் மனம் புழுங்கி வெறுத்தாரேனும் அவர் உடல் வலியும் படைவலியுங் கண்டு அஞ்சி அடங்குவாரா யினர். வீர வாழ்க்கையை மேற்கொண்ட அரக்கர் முன்னே, போக வாழ்க்கையே பெரிதென்று கொண்ட அமரர், வெயிலிலுற்ற வெண்ணெய் போல் மெலிந்து தேய்ந்தனர். இத்தகைய தேவரின் எளிமையை, "வானவர் புகார் என்கை வம்பே" என்று கவிஞர் சுருங்கச் சொல்லி விளங்க வைத்தார்.

இனி, எவ்வகைப் பகையுமின்றி வீரமாதின் நிலையமாக இலங்கிய இலங்கைமா நகரில், அழியாத் தன்மை வாய்ந்த அறமும் செல்லாதாயிற்றென்று கவிஞர் அறிவிக்கும் முறை அழகு வாய்ந்ததாகும். அறத்தின் வலிமை கூறப்போந்த ஆசிரியர் வள்ளு வனார்,

அன்று அறிவாம் என்னாது அறஞ்செய்க மற்றது
பொன்றுங்கால் பொன்றாத் துணை

என்று அறிவுறுத்திப் போந்தார். அழியுந்தன்மை வாய்ந்த இவ்வுலகில் என்றும் அழியாது நிற்பது அறம் ஒன்றேயாகு மென்பது அறநூலுடையார் கொள்கை. இத்தகைய பெருமை வாய்ந்த அறம் இலங்கைமா நகரினுள்ளே புகுந்ததில்லை யென்று கம்பர் கூறுவது கருதத்தக்கதாகும். அறம் பொருள் இன்பம் என்று ஆன்றோர் 'போற்றும் முப்பொருள்களில் தலைசிறந்த அறம் அந் நகரில் இல்லாமை யாலேயே,

"இரக்கம்என் றொரு பொருள் இலாத நெஞ்சினர்
அரக்கரென் றுளர்சிலர் அறத்தின் நீங்கினார் "

என்று ஈரமற்ற அரக்கர் நீர்மையைக் கவிஞர் எழுதிக் காட்டுவாராயினர். பொருளல்லவற்றைப் பொருளென்று போற்றிய அரக்கர், அழியாப் பொருளாய அறத்தினைப் போற்றாது புறக்கணித்தார்கள். அறத்தாற்றில் வந்த பொருளும், அறத்தின் வழி யமைந்த இன்பமுமே இம் மண்ணுலகில் வாழும் மாந்தர்க்கு என்றும் உறுதி பயக்கும் என்று ஆன்றோர் கூறிப்போந்தனர். அறநெறிக்கு மாறாக அடையும் பொருளும் இன்பமும் பெருகி வளர்வன போல் தோன்றினும், சின்னாளிற் பொன்றி ஒழியுமென்று ஆன்றோர் அருளிய உண்மைக்கு இலங்கைமா நகரே இணையற்ற சான்றாகும். சுற்றிய கடலாலும் முற்றிய திருவாலும் பகைவர் கொற்றத்தைப் பழித்து நின்ற வீரமாநகரம், ஈரமற்றதாயிருந்தமையால் இராமன் அம்புக்கு இரையாயிற்று.

அறநெறி திறம்பாத அரசன் ஆட்சியில் மாதவர் நோன்பும் மடவார் கற்பும் தலைசிறந்தோங்கு மென்றும், மறம் வாடித்

தளருமென்றும் அறநூல் கூறும். மற நெறியை மேற்கொண்ட இலங்கை மன்னன் மாதவர் நோன்பையும் மங்கையர் கற்பையும் அழிக்க முயன்றமையாலே முக்கோடி வாழ்நாளும் முயன்று பெற்ற பெருவரமும் இழந்து முடியலுற்றான். எப்பகை யினும் அறப்பகையே கொடிதென்பது அரக்கர் அழிவுற்ற கதையால் இனிதறியப்படும்.

முற்றும்.

★★★

9 788168 632301